நூல்வனம்

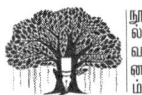

மழையில் நனையும் பூனை

மொழிபெயர்ப்புக் கதைகள்

தமிழில்:

எம்.கோபாலகிருஷ்ணன்

நூல் வனம்

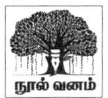

மழையில் நனையும் பூனை
மொழிபெயர்ப்புக் கதைகள்
தமிழில்: எம். கோபாலகிருஷ்ணன்

Mazhaiyil Nanaiyum Boonai
Translated Stories from English
In Tamil: M.Gopalakrishnan

Published by: **Noolvanam**, M22, Sixth Avenue
Alagapuri Nagar, Ramapuram
Chennai - 600 089. +91 91765 49991
Email: noolvanampublisher@gmail.com

ISBN: 978-81-9769-885-9
First Edition: December 2024
168 Pages   Price Rs.250

Designed & Printed by **Ramani Print Solution**

ரேமண்ட் கார்வர்

1. இடைவெளி — 8
2. ஒரு சின்ன நல்ல காரியம் — 26
3. எங்கிருந்து அழைக்கிறேன் நான்? — 70

பர்கத் பிர்பல்

4. உருளைக்கிழங்கு உண்பவர்கள் — 102

எர்னெஸ்ட் ஹெமிங்வே

5. மழையில் நனையும் பூனை — 114

எட்கர் கெரெத்

6. வெளியே — 122

ஆர்தர் சி கிளார்க்

7. கண்காணிப்பாளன் — 126

ஆன்டன் செகாவ்

8. நரம்பிசைக் கருவியுடன் ஒரு காதல் — 143
9. எழுத்தரின் மரணம் — 154
10. வேட்டைக்காரன் — 159

ரேமண்ட் கார்வர் (1938 - 1988)

அமெரிக்க கவிஞர், சிறுகதையாசிரியர். எளிய மனிதர்களின் இதயத்தில் கசிந்திருக்கும் சுக, துக்கங்களை உயிர்ப்புடன் நமக்கு சுட்டிக் காட்டுபவர் கார்வர். 20ம் நூற்றாண்டின் இறுதியில் அமெரிக்காவின் முக்கியமான சிறுகதையாளராகவும், கவிஞராகவும் விளங்கியவர் கார்வர். 1980களில் நசிந்து போயிருந்த யதார்த்தவாத சிறுகதை மரபை பெரும் ஆற்றலுடன் மீண்டும் உயிர்ப்பித்தவர். எளிமையான சித்தரிப்பும் அலட்டலில்லாத மொழிநடையும் வாசிப்பில் எவ்வளவு ஆழங்களையும் சாத்தியங்களையும் உருவாக்க முடியும் என்பதை உறுதிப்படுத்தியவர்.

கார்வரின் 306 கவிதைகள் எட்டுக் கவிதைத் தொகுப்பு களாகவும், 72 சிறுகதைகள் ஆறு சிறுகதைத் தொகுப்பு களாகவும் வெளியாகியுள்ளன.

1
இடைவெளி

கிறிஸ்துமஸ்க்காக மிலனுக்கு வந்திருந்த அவள் தான் குழந்தையாயிருந்தபோது என்ன நடந்தது என்று தெரிந்து கொள்ள விரும்பினாள், எப்போதாவது அபூர்வமான சந்தர்ப் பங்களிலேயே அவன் அவளை சந்திக்கிறான்,

“சொல் எனக்கு” என்றாள் அவள். “அப்போது எப்படி இருந்தது?” அவள் ஸ்டிரெகாவை உறிஞ்சியவாறே அவனை கூர்ந்து பார்த்தபடி காத்திருந்தாள்.

அவள் அமைதியான மெலிந்த அழகிய பெண். நிறைய அடி பட்டவள்.

“வெகு காலத்துக்கு முன்பு, இருபது ஆண்டுகளுக்கு முன்பு, அவர்கள் கேசினா பூங்காவுக்கு அருகில், வயா பேபரானியில் இருந்த அவனுடைய அடுக்குமாடி குடியிருப்பில் இருந்தனர்” என்றான்.

“உனக்கு நினைவிருக்கும். சொல்லு” என்றாள்.

“உனக்கு என்ன தெரிய வேண்டும்?” என்று கேட்டான். “நான் என்ன சொல்ல முடியும்? நீ குழந்தையாக இருந்தபோது நடந்ததைப் பற்றி என்னால் ஏதாவது சொல்ல முடியும். நீ சம்பந்தப்பட்டதுதான். ஆனால் மிகச் சிறிய அளவில்தான்” என்றான்.

"சொல். ஆனால் அதற்கு முன்னால் நாம் இன்னொரு தடவை குடிக்கலாம். அப்போதுதான் பாதியில் நிறுத்த வேண்டி இருக்காது" என்றாள்.

சமையலறையிலிருந்து மதுபானத்தை எடுத்து வந்த அவன் நாற்காலியில் உட்கார்ந்துகொண்டு தொடங்கினான்,

"அவர்களே குழந்தைகள்தான். பதினெட்டு வயது பையனும் பதினேழு வயதேயான அவனது காதலியும் திருமணம் செய்து கொண்டு காதலில் பித்தாக இருந்தார்கள்.

வெகு சீக்கிரத்திலேயே அவர்கள் ஒரு மகளை பெற்றெடுத் தார்கள்.

அந்தப் பிரதேசத்தில் நீர்ப்பறவைகளுக்கான பருவத்தின்போது தற்செயலாக ஒத்துப்போன கடுமையான குளிர்காலத்தில் நவம்பர் மாதத்தின் பிற்பகுதியில் அந்தக் குழந்தை பிறந்தது. அந்தப் பையன் வேட்டையாடுவதில் விருப்பம்கொண்டவன்.

அந்தப் பையனும் பெண்ணும், இப்போது கணவனும் மனைவியும், அப்பாவும் அம்மாவுமாக இருப்பவர்கள். ஒரு பல்டாக்டரின் சிகிச்சையகத்துக்குக் கீழே மூன்று அறைகளைக் கொண்ட அடுக்குமாடி குடியிருப்பில் வசித்தனர். வாடகைக்கும் பிற வசதிகளுக்குமான தொகைக்கு ஈடாக அவர்கள் தினந்தோறும் இரவில் மேல்தளத்திலிருந்த சிகிச்சையகத்தை சுத்தம் செய்தனர். கோடைக்காலத்தின் போது அவர்கள் புல்தரையையும் பூக்களையும் பராமரிக்க வேண்டும். பனிக்காலத்தின்போது அந்தப் பையன் நடைபாதையிலிருந்து பனிக்கட்டிகளை வெட்டியகற்றி கல்லுப்பை இறைத்து வைக்கவேண்டும். அந்த இரண்டு குழந்தைகளும், நான் சொல்றேன் கேள், ஆழ்ந்த காதலில் இருந்தார்கள். இதற்கெல்லாம் மேலாக அவர்கள் இருவருக்கும் மேலான லட்சியங்கள் இருந்தன. இருவருமே ஏராளமாய் கனவுகாண்பவர்கள். அவர்கள் எப்போதுமே இனிமேல் தாம் செய்யப் போகும் காரியங்களை பற்றியும் செல்லவிருக்கும் இடங்களைக் குறித்துமே பேசிக்கொண்டிருப்பார்கள்."

*அ*வன் தனது நாற்காலியிலிருந்து எழுந்து ஜன்னலின் வழியாக பின் மதியப்பொழுதின் வெளிச்சத்தில் சிலேட்டுக் கல்லாலான கூரைகளின் மீது சீராக பனி விழுந்துகொண்டிருந்ததை ஒரு நிமிடம் பார்த்தான்,

"கதையைச் சொல்" என்றாள் அவள்.

பையனும் பெண்ணும் படுக்கையறையில் தூங்கியிருக்க குழந்தை கூடத்தில் தொட்டிலில் தூங்கியது. குழந்தை பிறந்து மூன்று வாரம்தான் ஆகியிருந்தது. அந்த சமயத்தில்தான் ராத்திரியில் அது தூங்க ஆரம்பித்திருந்தது.

ஒரு சனிக்கிழமை இரவு. மேல்தளத்தில் வேலைகளையெல்லாம் முடித்துவிட்டு அந்தப் பையன் பல்டாக்டரின் தனியறைக்குள் சென்று மேசையின் மீது கால்களைப் போட்டபடி, வேட்டை யாடவும் மீன் பிடிக்கவும் செல்லும் அப்பாவின் பழைய நண்பர் கார்ல் சதர்லேண்டை அழைத்தான்.

மறுமுனையில் அவர் தொலைபேசியை எடுத்ததும் அவன் சொன்னான் "கார்ல், நான் அப்பா ஆகிவிட்டேன். எங்களுக்கு பெண் குழந்தை பிறந்திருக்கிறாள்."

"வாழ்த்துகள் தம்பி. உன் மனைவி எப்படியிருக்கிறாள்?" கார்ல் கேட்டார்.

"அவள் நன்றாக இருக்கிறாள் கார்ல். குழந்தையும் நன்றாக இருக்கிறாள். எல்லோரும் நன்றாக இருக்கிறார்கள்" என்றான் பையன்.

"நல்லது, கேட்பதற்கே சந்தோஷமாக உள்ளது" என்றார் கார்ல். "உன் மனைவியை கேட்டதாகச் சொல். வேட்டைக்கு செல்வதைப்பற்றி பேசுவதற்காக அழைத்திருந்தால், நான் ஒன்று சொல்கிறேன். அங்கே வாத்துகள் நிறைய உள்ளன. பல வருடங்களாக வேட்டைக்குச் செல்லும் நான், இத்தனை வாத்துகளை இதற்கு முன்பு எப்போதும் பார்த்தது இல்லை

என்று நினைக்கிறேன். இன்றுமட்டும் நான் ஐந்து வாத்துகளை சுட்டேன். இன்று காலையில் இரண்டு. மதியம் மூன்று. நாளைக்குக் காலையில் மறுபடியும் நான் போகிறேன். வருவதென்றால் நீயும் கூட வரலாம்."

"நான் வருகிறேன். அதற்காகத்தான் அழைத்தேன்" என்றான் பையன்.

"சரியாக ஐந்தரை மணிக்கு நீ இங்கே இருக்கவேண்டும். நாம் போகலாம். நிறைய தோட்டாக்களை எடுத்துகொண்டு வா. நிறைய சுட வேண்டியிருக்கும். சரி, காலையில் பார்க்கலாம்" என்றார் கார்ல்.

கார்ல் சதர்லாண்டை பையனுக்குப் பிடித்திருந்தது. பையனின் இறந்துபோய்விட்ட அப்பாவுக்கு வெகு நாள் நண்பர் அவர். அப்பாவின் மரணத்துக்குப் பிறகு அவரது இழப்பை ஈடுகட்ட இருவரும் எண்ணிணார்களோ என்னவோ பையனும் சதர்லாண்டும் ஒன்றுசேர்ந்து வேட்டையாடத் தொடங்கினார்கள். சதர்லாண்ட் பருமனானவர். வழுக்கைத் தலைக்காரர். தனித்து வாழ்பவர். சாதாரணமாக பேசி விடமாட்டார். எப்போதாவது அவர்கள் ஒன்றாக இருக்கும் போதுதான் ஏதும் தவறு செய்துவிட்டோமா அல்லது தவறாக பேசிவிட்டோமா என்று நினைத்து பையன் அசௌகரியமாய் உணர்வான். ஏனென்றால் வெகு நேரத்துக்கு எதுவுமே பேசாமல் இருப்பவர்களோடு உடனிருந்து அவனுக்குப் பழக்கமில்லை. ஆனால் அந்த வயதான மனிதன் பேசுகையில் பிடிவாதமாக சில கருத்துகளை சொல்ல, பையன் அந்தக் கருத்துகளோடு பெரும்பாலும் உடன்படமாட்டான். இறுக்கமானவராக இருந்தபோதும் அவர் காட்டை நேசிப்பவராக இருந்ததால் பையனுக்கு பிடித்திருந்தது. அவர் மீது மிகுந்த மரியாதை வைத்திருந்தான்.

தொலைபேசியை வைத்துவிட்டு பெண்ணிடம் சொல்வதற்கு அவன் கீழ்த்தளத்துக்கு போனான். வேட்டையாடும்போது

அணியும் மேலங்கி, தோட்டா பை, காலணி, காலுறைகள், வேட்டைத் தொப்பி, கம்பளியாலான உள்ளாடை, துப்பாக்கி என அவன் தன்னுடைய பொருட்களை எடுத்து வைத்துக் கொண்டிருந்தபோது அவள் பார்த்துக் கொண்டிருந் தாள். "எப்பொழுது நீ திரும்பி வருவாய்" என்று கேட்டாள்.

"மதியம் வருவேன்" என்றான். "எப்படியிருந்தாலும் ஐந்து அல்லது ஆறு மணிக்குள் வந்துவிடுவேன். நேரமாகிவிடுமா?"

"பரவாயில்லை" என்றாள். "நாங்கள் இருவரும் சமாளித்துக் கொள்கிறோம். நீ போய் சந்தோஷமாக இருந்துவிட்டு வா. உனக்கு அது தேவை. முடிந்தால் நாளை மாலை காதரினை எடுத்துக்கொண்டு சாலியைப் போய் பார்த்துவிட்டு வரலாம்."

"நிச்சயமாக. இது நல்ல யோசனைதான். அதற்கேற்ப பார்த்துக் கொள்கிறேன்" என்றான் அவன்.

சாலி அவளுடைய சகோதரி. அவளைவிட பத்து வயது மூத்தவள். பையனுக்கு அவள் மீது கொஞ்சம் காதல் இருந்தது. அந்தப் பெண்ணின் இன்னொரு சகோதரியான பெட்ஸியின் மீது கொஞ்சம் காதல் இருந்ததுபோலவே. நாம் திருமணம் செய்துகொள்ளவில்லை என்றால் நான் சாலியைத் தான் தேர்ந்தெடுத்திருப்பேன் என்று அவன் அவளிடம் சொல்வதுண்டு.

"பெட்ஸிக்கு என்ன குறை? அதை ஒத்துக்கொள்ள எனக்கு பிடிக்கவில்லைதான். ஆனாலும் நான் உண்மையாக சொல்கிறேன். சாலியைவிடவும் என்னை விடவும் அவள்தான் அழகு. அவள் வேண்டாமா?" என்று கேட்டாள் அந்தப் பெண்.

"பெட்ஸியுமா?" சொல்லிவிட்டு சிரித்தான் அவன். "ஆனால் சாலியை விரும்புவதுபோல இல்லை. சாலியை விரும்புவதற்கு ஏதோ ஒரு காரணம் உள்ளது. வேண்டாம். இருவரில் ஒருவரைத் தேர்ந்தெடுக்க வேண்டி வந்தால் பெட்ஸியைவிட சாலிதான் எனக்கு வேண்டும்."

"உண்மையில் நீ யாரை காதலிக்கிறாய்?" என்று கேட்டாள் பெண். "உலகத்திலேயே நீ யாரை மிகவும் நேசிக்கிறாய்? யார் உன்னுடைய மனைவி?"

"நீதான் என்னுடைய மனைவி" என்றான் பையன்.

"என்றுமே நாம் ஒருவரை ஒருவர் காதலித்துக் கொண்டிருப் போமா?" இந்த உரையாடலை மிகவும் அனுபவித்துக் கொண்டிருந்த அவள் கேட்டாள்.

"எப்பொழுதுமே" என்றான் பையன். "நாம் இருவரும் எப்பொழுதும் சேர்ந்து இருப்போம். கனடிய வாத்துகள்போல நாம் இருப்போம்" என்றான் அவன். மனதில்பட்ட முதல் ஒப்பீட்டை அவன் சொன்னான். அந்த நாட்களில் அவன் மனதை முழுமையாக ஆக்கிரமித்திருந்த அந்த வாத்துகள் ஒரே ஒரு முறைதான் இணை சேரும்.

வாழ்வின் ஆரம்பத்திலேயே தனக்கான இணையை தேர்ந் தெடுத்துக்கொள்ளும் அவை எப்போதுமே ஒன்றிணைந்து தான் இருக்கும். அவற்றில் ஒன்றுக்கு மரணமோ அல்லது வேறெதுவும் சம்பவிக்க நேர்ந்தால் மற்றொன்று தனித்தே வாழும். அல்லது தன்னுடைய கூட்டத்தோடு தொடர்ந்து வாழ்ந்திருக்கும். ஆனால் மற்ற வாத்துகளுக்கு நடுவில் அது மட்டும் ஒற்றையாக தனித்தே இருக்கும்.

"ரொம்பவும் பாவம்" என்றாள் பெண். "வேறு எங்கோ தன்னந்தனியாக இருப்பதைவிட எல்லோருடனும் ஒன்றாக இருந்தபடி தனியாக இருப்பதுதான் கடினமான விஷயம்."

"பாவம்தான். ஆனால் அதுதான் இயற்கை" என்றான் பையன்.

"அவற்றை எப்போதாவது நீ சாகடித்திருக்கிறாயா?" என்று கேட்டாள் அவள். "நான் என்ன கேட்கிறேன் என்று உனக்குப் புரிகிறதா?"

அவன் தலையாட்டினான். "ஒரு சில சமயங்களில் நான் வாத்துகளை சுட்டிருக்கிறேன். சிறிது நேரத்துக்கு பிறகு

ஒரேயொரு வாத்து மட்டும் மற்ற வாத்துகளைவிட்டு விலகி தரையில் கிடக்கும் வாத்தை சுத்தி வந்து கூப்பிட்டபடியே இருக்கும்" என்றான்.

"அதையும் நீ சுட்டுவிடுவாயா?" என்று கவலையுடன் கேட்டாள் அவள்.

"முடிந்தபோது சுட்டுள்ளேன். சிலசமயத்தில் தப்பிவிடும்" என்று பதில் சொன்னான் அவன்.

"அது உனக்கு கஷ்டமாக இருக்காதா?" என்று கேட்டாள் அவள்.

"இருக்கவே இருக்காது" என்றான். "அந்தக் காரியத்தை நீ செய்யும்போது அதைப் பற்றி நீ யோசிக்கவே முடியாது. வாத்துகளை எல்லாவிதத்திலும் எனக்குப் பிடிக்கும். அவற்றை வேட்டையாடாத போதும்கூட அவற்றை பார்த்தபடியே இருக்கவும் எனக்கு மிகவும் பிடிக்கும். ஆனால் வாழ்க்கையில் எல்லாவிதமான முரண்களும் உண்டு. முரண்களைப் பற்றி நீ யோசிக்க முடியாது."

இரவு உணவுக்குப் பிறகு கனப்படுப்பை ஏற்றிவிட்டு குழந்தையை குளிப்பாட்டுவதில் அவளுக்கு உதவினான் அவன். பாதி அவனைப் போலவே கண்களையும் வாயையும் பாதி அவளைப் போல தாடையையும் மூக்கையும் கொண்டிருந்த குழந்தையை மீண்டும் அவன் வியந்தான். குட்டிக் குழந்தைக்கு பவுடர் போட்டான். விரல்களுக்கும் கட்டைவிரல்களுக்கும் நடுவில் பவுடர் போட்டான். குழந்தைக்கு டயாபரை போட்டு உடை அணிவிப்பதை பார்த்துக்கொண்டிருந்தான்.

வாளியை குளியல் தொட்டியில் கவிழ்த்துவிட்டு அவன் மேல்தளத்துக்கு சென்றான். வெளியே குளிராகவும் மேக மூட்டமாகவும் இருந்தது.

அவனது மூச்சில் ஆவி பறந்தது. தெருவிளக்கின் ஒளியில் புல்தரை உறைந்து சாம்பல் நிறத்தில் ஓவியம் போலத் தெரிந்தது.

நடைபாதையின் ஓரத்தில் பனி குவிந்திருந்தது. கார் ஒன்று கடந்துபோக சக்கரங்களுக்கு அடியில் மண் அரைபடுகிற ஓசை கேட்டது. நாளைக்கு எப்படியிருக்கும் என்று யோசித்த அவன், தனது தலைக்கு மேலாக வாத்துகள் பறந்துபோவது போலவும் தோளில் துப்பாக்கி மோதுவது போலவும் கற்பனை செய்தான்.

பிறகு அவன் கதவை சாத்திவிட்டு கீழ்த்தளத்துக்கு சென்றான்.

படுக்கையில் படுத்தபடி இருவரும் படிக்க முயன்றார்கள். ஆனால் இருவருமே தூங்கிவிட்டார்கள். முதலில் அவள்தான் போர்வைக்குள் சஞ்சிகையை நழுவவிட்டாள். அவன் கண்களும் மூடியிருந்தன. ஆனால் அவன் எழுந்து அலாரத்தை சரிபார்த்துவிட்டு விளக்கை அணைத்தான்.

குழந்தை அழுவதைக் கேட்டு அவன் கண்விழித்தான். கூடத்தில் விளக்கெரிந்தது. தொட்டிலுக்குப் பக்கத்தில் நின்றபடி குழந்தையை தோளில் போட்டு ஆட்டுவதை அவனால் பார்க்க முடிந்தது. சற்று நேரத்தில் குழந்தையை தொட்டிலில் போட்டுவிட்டு விளக்கை அணைத்துவிட்டு படுக்கைக்கு திரும்பினாள் அவள். அதிகாலை இரண்டு மணி அப்போது. பையன் மீண்டும் தூங்கிப் போனான்.

குழந்தையின் அழுகுரல் மறுபடியும் அவனை எழுப்பியது. இந்த முறை பெண் தூங்கிக்கொண்டிருந்தாள். கொஞ்ச நேரம் வரை குழந்தை உரக்க அழுதுவிட்டு நிறுத்திக்கொண்டது. அதை கவனித்தபடியேயிருந்த பையன் கண்ணயரத் தொடங்கினான்.

அவன் கண்களைத் திறந்தான். கூடத்து விளக்கு எரிந்து கொண்டிருந்தது. அவன் எழுந்து உட்கார்ந்து விளக்கைப் போட்டான்.

“என்ன ஆனதென்று எனக்குத் தெரியவில்லை” என்றாள் பெண் குழந்தையைத் தூக்கிக்கொண்டு இங்குமங்குமாய் நடந்த படியே. “துணிமாற்றி விட்டேன். வயிற்றுக்கும் கொடுத்துப்

பார்த்தேன். ஆனாலும் அழுதுகொண்டே இருக்கிறது. அழுவதை நிறுத்தமாட்டேன் என்கிறாள். எனக்கு ரொம்பவும் முடியலை. அவளை கீழே போட்டுவிடுவேனோ என்று பயமான இருக்கிறது.”

“நீ வந்து படுத்துக்கொள்” என்றான் பையன். “நான் கொஞ்ச நேரம் வைத்துக்கொள்கிறேன்.”

அவன் எழுந்து குழந்தையை வாங்கிக்கொண்டதும் பெண் படுக்கப் போனாள்.

“கொஞ்ச நேரம் ஆட்டிவிட்டால் தூங்கிவிடுவாள்” படுக்கையில் இருந்தபடியே சொன்னாள் பெண்.

பையன் சோபாவில் உட்கார்ந்து குழந்தையை வைத்துக் கொண்டிருந்தான். அது கண்மூடும் வரையிலும் மடியில் போட்டு ஆட்டிக்கொண்டிருந்தான். அவனுக்கும் தூக்கம் வந்தது. சுதாரித்து எழுந்து குழந்தையை தொட்டிலில் போட்டான்.

நான்கு மணியாக இன்னும் பதினைந்து நிமிடம் இருந்தது. அவன் இன்னும் நாற்பத்தி ஐந்து நிமிடமே தூங்க முடியும். படுக்கையில் சாய்ந்தான்.

ஆனால் சற்று நேரத்திலேயே குழந்தை மீண்டும் ஒரு முறை அழத் தொடங்கியது. இப்போது அவர்கள் இருவருமே எழுந்து கொண்டார்கள். பையன் அலுத்துக்கொண்டான்.

“உனக்கு என்னானது?” என்று கேட்டாள் அவனிடம். “அவளுக்கு உடம்பு முடியவில்லையோ என்னவோ. அவளைக் குளிப்பாட்டியுருக்கக் கூடாது.”

பையன் குழந்தையை தூக்கினான். குழந்தை கால்களை உதைத்துக்கொண்டு அமைதியாக இருந்தது. “இப்பொழுது பார்” என்றான் பையன். “அவளுக்கு எதுவும் தொந்தரவு இருப்பதுபோல எனக்குத் தெரியவில்லை.”

"உனக்கு எப்படி தெரியும்? இங்கே கொடு, நான் அவளை வைத்துக்கொள்கிறேன். அவளுக்கு என்னவோ கொடுக்க வேண்டும் என்று எனக்குத் தெரிகிறது. ஆனால் என்ன தரவேண்டும் என்றுதான் தெரியவில்லை" என்றாள் பெண்.

சற்று நேரம் ஆனது. குழந்தை அழவில்லை. அவள் குழந்தையை மறுபடியும் தொட்டிலில் போட்டாள். பெண்ணும் பையனும் குழந்தையை பார்த்தார்கள். குழந்தை கண்களை திறந்துகொண்டு அழத் தொடங்கவும் அவர்கள் ஒருவரையொருவர் பார்த்துக்கொண்டனர்.

பெண் குழந்தையைத் தூக்கிக்கொண்டாள். "குட்டி, செல்லம்" கண்ணீரோடு அவள் கொஞ்சினாள்.

"அவளுக்கு வயிறு வலிக்குமாயிருக்கும்" என்று சொன்னான் பையன்.

பெண் பதில் சொல்லவில்லை. குழந்தையைத் தோளில் போட்டு ஆட்டியபடியே இருந்தவள் பையன் சொன்னதை கவனிக்கவேயில்லை.

பையன் சிறிது நேரம் காத்திருந்துவிட்டு சமையலறைக்குச் சென்று காபி போடுவதற்காக தண்ணீரை சுடவைத்தான். கம்பளி உள்ளாடையை அணிந்துகொண்டு பட்டன்களை பொருத்தினான். பிறகு உடுப்புகளை அணிந்துகொண்டான்.

"என்ன செய்கிறாய் நீ?" பெண் அவனிடம் கேட்டாள்.

"வேட்டைக்கு போகிறேன்" என்றான் அவன்.

"நீ போக வேண்டாம்" என்றாள் அவள். "குழந்தைக்கு சரியான பிறகு நீ போகலாம். இப்போது காலையில் நீ வேட்டைக்கு போக வேண்டாம் என்று நினைக்கிறேன். இப்படி குழந்தை அழுதுகொண்டேயிருக்கும்போது என்னால் தனியாக சமாளிக்க முடியாது."

“நானும் வருகிறேன் என்பதால்தான் கார்ல் எல்லா ஏற்பாடு களையும் செய்திருக்கிறார்” என்றான் பையன்.

“நீயும் கார்லும் ஏற்பாடு செய்ததைப் பற்றி எனக்குக் கவலை யில்லை, அந்த கார்லைப் பற்றியும் எனக்கு கவலையில்லை. அவன் யார் என்றே எனக்குத் தெரியாது. எனக்கு நீ போகக்கூடாது. இதுமாதிரி நிலைமையில் போவதைப் பற்றி நீ யோசிக்கவே கூடாது.”

“கார்லை நீ பார்த்திருக்கிறாய். அவரை உனக்குத் தெரியும். தெரியாது என்று சொன்னால் எப்படி?” என்றான் பையன்.

“அது ஒரு விஷயமேயில்லை என்பது உனக்குத் தெரியும்” என்று சொன்னாள் பெண். “உடம்பு சரியில்லாத குழந்தையோடு நான் தனியாக இருக்க முடியாது என்பதுதான் விஷயம்.”

“ஒரு நிமிடம் கேள். நான் சொல்வது உனக்குப் புரியவில்லை” என்றான் பையன்.

“இல்லை. உனக்குத்தான் புரியவில்லை. நான் உன் மனைவி. இது உன்னுடைய குழந்தை. அவளுக்கு உடம்பு சரியில்லை. இல்லை வேறு ஏதோ. அவளைப் பார். ஏன் அவள் அழுகிறாள்? இப்படி எங்களை விட்டுவிட்டு நீ வேட்டைக்குப் போக முடியாது” என்றாள் பெண்.

“பைத்தியம் மாதிரி கத்தாதே” என்றான் அவன்.

“நீ எப்பொழுது வேண்டுமானாலும் வேட்டையாட போகலாம் என்றுதான் நான் சொல்கிறேன். இந்தக் குழந்தைக்கு என்னவோ பிரச்சினை. இவளை விட்டுவிட்டு வேட்டையாட போகவேண்டும் என்று சொல்கிறாய்” என்றாள் அவள்.

அவள் அழத் தொடங்கினாள். அவள் குழந்தையை மீண்டும் தொட்டிலில் போட்டாள். ஆனால் குழந்தை மறுபடியும் வீறிடத் தொடங்கியது. இரவு உடுப்பின் கையால் அவசரமாகக் கண்களைத் துடைத்துக்கொண்டே அவள் குழந்தையைத் தூக்கிக்கொண்டாள்.

பையன் மெதுவாக தனது காலணிகளின் கயிறுகளை முடிச்சிட்டான். சட்டையையும் ஸ்வெட்டரையும் மேல்கோட்டையும் அணிந்துகொண்டான். சமையலறையில் அடுப்பின் மீது கெட்டில் விசிலடித்தது.

"நீ இரண்டில் ஒன்று முடிவு செய். கார்லா இல்லை நாங்களா? நான் தெரிந்துகொள்ள வேண்டும். கேட்கிறேன், சொல். யாரென்று முடிவெடு" என்றாள் பெண்.

"என்ன சொல்கிறாய் நீ?" என்று கேட்டான் பையன்.

"நான் சொன்னது காதில் விழவில்லையா? உனக்கு குடும்பம் வேண்டுமென்றால் இரண்டில் ஒன்று நீ முடிவு செய்" என்று பதில் சொன்னாள் பெண்.

ஒருவரையொருவர் வெறித்துப் பார்த்தார்கள். பிறகு பையன் தன் வேட்டை உபகரணங்களை தூக்கிக்கொண்டு மேல் தளத்துக்குப் போனான். காரை முடுக்கினான். ஜன்னல் கண்ணாடிகளை சரிபார்த்தான். படிந்திருந்த பனிக்கட்டிகளை சுரண்டி எடுத்தான்.

இரவில் வெப்பநிலை தணிந்திருந்தது. ஆனால் வானிலை தெளிந்திருந்தது. நட்சத்திரங்கள் தென்பட்டன.

அவனது தலைக்கு மேலாக வானத்தில் நட்சத்திரங்கள் ஒளிவீசின, வண்டியை செலுத்திக்கொண்டிருந்தபோது நட்சத்திரங்களைப் பார்த்த அவன் அவற்றின் தொலைவைப் பற்றி யோசித்து மனம் இளகினான்,

கார்லின் வீட்டு முகப்பு விளக்கு எரிந்துகொண்டிருந்தது, அவருடைய வாகனம் ஓடுபாதையில் நின்றிருந்தது, என்ஜின் இயக்கத்திலிருந்தது, பையன் தன் வாகனத்தை ஓரத்தில் ஒடித்து நிறுத்துகையில் கார்ல் வெளியே வந்தார். பையன் தீர்மானித்திருந்தான்.

நடைபாதையில் பையன் நடந்து வந்தான். வாகனத்தை சாலையோரத்தில் நிறுத்த வேண்டியிருக்கும் என்று சொன்னார்

கார்ல். "நான் புறப்படத் தயார். விளக்குகளை மட்டும்தான் அணைக்கவேண்டும். உண்மையில் எனக்கு எரிச்சலாயிருந்தது" என்று அவர் தொடர்ந்து பேசிக்கொண்டிருந்தார். "நீ தூங்கி விட்டாய் என்று நினைத்தேன். அதனால்தான் இப்பொழுது ஒரு நிமிடத்துக்கு முன்னால் வீட்டுக்குக் அழைத்தேன். நீ புறப்பட்டுவிட்டதாக உன் மனைவி சொன்னாள். எனக்கு சங்கடமாயிருந்தது."

என்ன சொல்வதென்று தெரியாமல் தடுமாறினான். "பரவா யில்லை" என்றான் பையன். ஒற்றைக் காலில் சாய்ந்து நின்றபடி அவன் தன் கழுத்துப் பட்டையை மேலே உயர்த்திவிட்டான்.

அவன் தன் கைகளை மேலங்கியின் பாக்கெட்டுக்குள் போட்டுக் கொண்டான். "அவள் முன்பே எழுந்துவிட்டாள், கார்ல். கொஞ்ச நேரமாக நாங்கள் இருவரும் விழித்துதான் இருந்தோம். குழந்தைக்கு ஏதோ உடம்பு சரியில்லை என்று நினைக்கிறேன். எனக்குத் தெரியவில்லை. குழந்தை அழுதுகொண்டே இருந்தது. இந்த முறை என்னால் வர முடியும் என்று தோன்றவில்லை."

"தொலைபேசியில் அழைத்து சொல்ல வேண்டியதுதானே தம்பி" என்றார் கார்ல். "பரவாயில்லை. நேரில் வந்துதான் அதைச் சொல்ல வேண்டும் என்று அவசியமில்லை என்று உனக்குத் தெரியாதா? இது என்ன பெரிய காரியமா? வேட்டைக்கு வேண்டுமெனில் போகலாம். இல்லை என்றால் விட்டுவிடலாம். இது முக்கியமில்லை. காபி சாப்பிடுகிறாயா?"

"நான் வீட்டுக்குப் போனால் தேவலை" என்றான் பையன்.

"அப்படியென்றால் நான் மட்டும் போவதா?" என்றார் கார்ல்.

பையனை நோக்கினார். அவன் ஒன்றும் சொல்லாமல் முகப்பிலேயே நின்றான்.

"வானம் தெளிந்துவிட்டது. இன்று காலையில் பெரிதாக எதுவும் இருக்காது என்று தோன்றுகிறது. எதுவென்றாலும் உனக்கு நஷ்டமில்லை" என்றார் கார்ல்.

பையன் தலையாட்டினான். "அப்படியென்றால் பிறகு பார்க்கலாம் கார்ல்" என்றான்.

"போய்விட்டு வா. யாரும் உனக்கு சொல்லவேண்டும் என்று எதிர்பார்க்காதே. நீ மிகவும் அதிர்ஷ்டசாலி. உண்மையாகத் தான் சொல்கிறேன்" என்றார் கார்ல்.

பையன் காரை இயக்கச் செய்துவிட்டு காத்திருந்தான். கார்ல் வீட்டுக்குள் சென்று எல்லா விளக்குகளையும் அணைப்பதை பார்த்தான்.

பிறகு பையன் காரின் கியரை மாற்றி ஓரத்திலிருந்து பாதைக்கு வந்தான்.

கூடத்தில் விளக்கு எரிந்துகொண்டிருந்தது. ஆனால் பெண் படுக்கையில் தூங்கிக்கொண்டிருந்தாள். அவளருகில் குழந்தையும் தூங்கிக்கொண்டிருந்தது.

காலணிகளையும் கால்சட்டை, சட்டையையும் கழற்றினான். எல்லாவற்றையும் ஓசையில்லாமல் செய்தான். காலுறைகளுடனும் கம்பளி உள்ளாடைகளுடனும் அவன் சோபாவில் அமர்ந்து அன்றைய காலைச் செய்தித்தாளை படித்தான்.

சீக்கிரத்திலேயே வெளியே வெளிச்சம் பரவத் தொடங்கியது பெண்ணும் குழந்தையும் தூங்கிக்கொண்டேயிருந்தனர். சற்று நேரத்துக்குப் பிறகு பையன் சமையலறைக்குச் சென்று பன்றி இறைச்சியை வறுக்கத் தொடங்கினான்.

சில நிமிடங்களுக்குப் பிறகு பெண் தன்னுடைய உடுப்புடன் வெளியே வந்தாள். எதுவுமே சொல்லாது அவனைக் கட்டிக் கொண்டாள்.

"ஏய், சட்டையில் தீ பிடித்துவிடப் போகிறது. பார்த்து" என்றான் பையன். அவள் அவன்மீது சாய்ந்திருந்தாள். கூடவே அடுப்பையும் தொட்டுக்கொண்டிருந்தாள்.

"அப்பொழுது நடந்ததற்காக என்னை மன்னித்து விடு" என்றாள் அவள். "எனக்கு என்ன ஆனதென்று தெரியவில்லை. ஏன் அப்படியெல்லாம் பேசினேன் என்று எனக்குத் தெரியவில்லை."

"பரவாயில்லை. இப்பொழுது இந்த கறியை வறுக்க விடு" என்றான்.

"அப்படி உன்னைக் காயப்படுத்த வேண்டும் என்று நான் நினைக்கவேயில்லை. கஷ்டமாக இருந்தது" என்றாள் அவள்.

"தவறு என்னுடையதுதான். காதரீன் எப்பிடியிருக்கிறாள்?" என்றான் அவன்.

"இப்பொழுது சரியாகிவிட்டாள். அப்பொழுது அவளுக்கு என்ன ஆனதென்று எனக்குத் தெரியவில்லை. நீ சென்ற பிறகு அவளுக்கு துணி மாற்றினேன். அதன் பிறகு சரியாகிவிட்டாள். உடனே தூங்கிவிட்டாள். என்னவென்று தெரியவில்லை. கோபித்துக் கொள்ளாதே" என்றாள் அவள்.

பையன் சிரித்தான். "உன்மீது எனக்கு கோபம் இல்லை. முட்டாள்தனமாக உளறாதே. இதோ பார். இந்த வாணலியில் என்னை ஏதாவது செய்ய விடு" என்றான் அவன்.

"நீ போய் உட்கார். நான் சமைக்கிறேன். இந்த பன்றிக் கறியுடன் ஆப்பம் இருந்தால் நன்றாக இருக்குமில்லையா?" என்றாள் பெண்.

"கேட்பதற்கு குஷியாக இருக்கிறது. எனக்கு மிகவும் பசிக்கிறது" என்றான் அவன்.

வாணலியிலிருந்து பன்றிக்கறியை எடுத்துவிட்டு ஆப்பம் தயார் செய்தாள். ஆசுவாசம் கொண்டவனாக அவன் மேசை எதிரே உட்கார்ந்து சமையலறையில் அவள் நடமாடுவதைப் பார்த்துக்கொண்டிருந்தான்.

அவள் போய் படுக்கையறை கதவை சாத்திவிட்டு வந்தாள். முன்னறையில் இருவருக்கும் பிடித்த ஒரு இசைத்தட்டை ஓடச் செய்திருந்தாள்.

"அவளை மறுபடியும் நாம் எழுப்பிவிடக் கூடாது" என்றாள் பெண்.

"நிச்சயமாக" என்று சொன்ன பையன் சிரித்தான்.

பன்றியிறைச்சியும் வறுத்த முட்டையையும் ஆப்பத்தையும் ஒரு தட்டில் போட்டு அவன் எதிரில் வைத்தாள். அவளுக்கும் ஒரு தட்டை மேசையில் வைத்தாள். சாப்பிடலாம் என்றாள் அவள்.

"உப்பியதுபோல உள்ளது" என்றான் அவன். ஆப்பத்தின் மீது வெண்ணையைத் தடவி வெல்லப் பாகை ஊற்றினான். ஆனால் ஆப்பத்தை அவன் வெட்டத் தொடங்கிபோது தட்டை அவன் தன் மடி மீது கவிழ்த்துக்கொண்டான்.

"நம்பவே முடியவில்லை" என்ற அவன் மேசையிலிருந்து துள்ளி எழுந்தான்.

பெண் அவனைப் பார்த்தாள். பிறகு அவன் முகம் போன போக்கைப் பார்த்தாள். சிரிக்கத் தொடங்கினாள்.

"கண்ணாடியில் போய் உன் கோலத்தைப் பார்" என்றாள் அவள். சிரித்துக்கொண்டேயிருந்தாள்.

கம்பளி உள்ளாடையின் முன்பக்கத்தில் கொட்டியிருந்த வெல்லப்பாகையும் அதில் ஒட்டியிருந்த ஆப்பத்துண்டுகளையும் இறைச்சியையும் முட்டையையும் அவன் குனிந்து பார்த்தான். அவனும் சிரிக்கத் தொடங்கினான்.

"நான் இன்று பட்டினிதான்" என்ற அவன் தலையை ஆட்டினான்.

"நீ பட்டினிதான்" என்றாள் அவள் சிரித்தபடியே.

உள்ளாடையை உருவியெடுத்து குளியலறைக் கதவருகில் எறிந்தான். பிறகு அவன் தன் கரங்களை விரிக்க அவள் அதில் தஞ்சமடைந்தாள்.

"நாம் இனி சண்டையே போடக்கூடாது. அதில் எதுவும் அர்த்தம் உள்ளதா? சரிதானே?" என்றாள் அவள்.

"சரிதான்" என்றான் அவன்.

"இனி சண்டையே போடக் கூடாது" என்றாள் அவள்.

"போடமாட்டோம்" என்றான் பையன். பிறகு அவளை முத்தமிட்டான்.

அவன் நாற்காலியிலிருந்து எழுந்து குவளைகளை நிரப்பினான்,

"அவ்வளவுதான்" என்றான் அவன். "கதை முடிந்தது. இதில் எதுவும் பெரிதாக இல்லை என்று நான் ஒப்புக்கொள்கிறேன்."

"எனக்குப் பிடித்திருந்தது. சொல்லப் போனால் மிகவும் சுவாரஸ்மாக இருந்தது. ஆனால், அதன் பிறகு என்ன ஆனது?" என்று கேட்டாள் அவள்.

தோள்களை குலுக்கியவன் குவளையை எடுத்துக்கொண்டு ஜன்னலருகில் சென்றான். இருட்டியிருந்தது. இன்னும் பனி பெய்திருந்தது.

"எல்லாமே மாறத்தான் செய்கிறது. எப்படி என்று எனக்குத் தெரியாது. ஆனால் நீ தெரிந்துகொள்வதற்கு முன்பே. நீ புரிந்துகொள்வது போலவோ அல்லது விரும்புவது போலவோ அவையெல்லாம் மாறாது" என்றான் அவன்.

"அது உண்மைதான். ஒன்று மட்டும்…" என்று சொல்லத் தொடங்கியவள் அதை முடிக்கவில்லை.

அந்த விஷயத்தை அதோடு அவள் விட்டுவிட்டாள். அவள் தன் விரல் நகங்களை ஆராய்ந்திருப்பதை கண்ணாடியில் அவன் கண்டான். பின்னர் அவள் நிமிர்ந்தாள். "இந்த ஊரை யாவது சுற்றிக்காட்டுவாயா?" என்று கேட்டாள் மிகுந்த உற்சாகத்துடன்.

"காலணிகளைப் போட்டுக்கொள். போகலாம்" என்றான் அவன்.

ஆனால் அவன் அந்த வாழ்க்கையை நினைத்தபடியே ஜன்னலருகே நின்றான். அவர்கள் சிரித்துக்கொண்டிருந்தார்கள். ஒருவர் மேல் ஒருவர் சாய்ந்தபடி நின்றிருந்த அவர்கள் சிரித்தார்கள். கண்ணில் நீர் வரும் வரை சிரித்தார்கள். குளிரும், அவன் செல்லவிருந்த இடமும், பிற அனைத்துமே, எல்லாமே மறந்து போயிருந்தது.

2
ஒரு சின்ன நல்ல காரியம்

வணிக வளாகத்தில் உள்ள ரொட்டிக்கடைக்கு சனிக்கிழமை பிற்பகலில் அவள் வாகனத்தில் சென்றாள், கேக்குகளின் படங்கள் பக்கங்கள்தோறும் ஒட்டப்பட்டிருந்த விற்பனை அட்டவணையை பார்வையிட்டபின், குழந்தைக்குப் பிடித்தமான சாக்லேட் கேக்கை செய்து தர கேட்டாள், அவள் தெரிவு செய்திருந்த கேக், வெண்ணிற விண்மீன்கள் தெளிக்கப்பட்ட ஏவுதளத்துடனும் விண்கலம் ஒன்றுடனும் அதன் மறு ஓரத்தில் சிவப்பு உறைபனியால் செய்யப்பட்ட ஒரு கோளுடனும் அலங்கரிக்கப்பட்டிருந்தது, ஸ்காட்டி எனும் அவனது பெயர் தோளுக்குக் கீழாக பச்சை எழுத்தில் எழுதப்பட்டிருக்கும், வருகிற திங்கள்கிழமையோடு குழந்தைக்கு எட்டு வயது என்று அவள் சொன்னபோது தடித்த கழுத்துடன் இருந்த அந்த ரொட்டிக்கடைக்கார முதியவர் எதுவும் சொல்லாது கேட்டுக்கொண்டார், ரொட்டிக்கடைக்காரர் வெள்ளை மேலங்கியைப் போல தோற்றமளித்த வெள்ளைநிற பணியுடுப்பை அணிந்திருந்தார், அவரது தோள்பட்டைக்குக் கீழாக சென்ற அங்கியின் துணிப்பட்டைகள் முதுகைச் சுற்றிச் சென்று மீண்டும் முன்பக்கமாய் சுற்றி வந்து அவருடைய கனத்த இடுப்பிற்குக் கீழாக கட்டுண்டிருந்தன, அவள் சொல்வதை கவனித்தவாறே அவர் தன் கைகளை மேலங்கியில்

துடைத்துக்கொண்டார், புகைப்படங்களின் மீதே பார்வையை குவித்திருந்த அவர் அவள் பேசட்டும் என்று விட்டிருந்தார், வேலைக்கு அவர் அப்போதுதான் வந்திருக்கிறார், இரவு முழுக்க அங்கேயேதான் ரொட்டி தயாரித்தபடி இருக்கப் போகிறார், அவருக்கு அவசரம் எதுவுமில்லை, நிதானமாக அவள் சொல்லட்டும் என்று விட்டுவிட்டார்.

ரொட்டிக்கடைக்காரரிடம் ஆனி வீஸ் என்ற தன் பெயரைச் சொன்னவள் தனது தொலைபேசி எண்ணையும் தந்தாள், திங்கட்கிழமை பிற்பகலில் நடக்கவுள்ள குழந்தையின் பிறந்தநாள் கொண்டாட்டத்திற்கு வெகு முன்பே, காலையிலேயே, அப்போதுதான் அடுப்பிலிருந்து எடுக்கப்பட்ட புதிய கேக் தயாராக இருக்கும். ரொட்டிக்கடைக்காரர் ஒரு சிடுமூஞ்சி. அவர்களுக்கிடையில் முகமன்கள் எதுவும் இன்றி அவசியமான தகவல்கள் மட்டுமே மிகக் குறைவான வார்த்தைகளில் பரிமாறிக்கொள்ளப்பட்டன, அவர் அவளை அசௌகரியமாக உணரச் செய்தது அவளுக்குப் பிடிக்கவில்லை. கையில் பென்சிலுடன் விற்பனை மேசையின் மீது குனிந்திருந்தபோது அவனது கரடுமுரடான உடலம்சங்களை கூர்ந்து கவனித்த அவள் ஒரு ரொட்டிக்கடைக்காரராகயிருந்ததைத் தவிர அவன் தன் வாழ்வில் வேறெதையும் எப்போதேனும் செய்திருப்பாரா என்று ஆச்சரியப்பட்டாள். அவள் ஒரு அன்னை. முப்பத்தி மூன்று வயதானவள். அவளுக்கு தந்தையாய் இருக்குமளவு வயதான ஒவ்வொருவருக்கும், அதிலும் ரொட்டிக்கடைக்காரரின் வயதையொத்த ஒருவருக்கு, இதுபோன்று கேக்குகளும் பிறந்தநாள் கொண்டாட்டங்களுமான அற்புதமான பொழுதுகளை கடந்து வந்த குழந்தைகள் இருந்திருக்க வேண்டும், அவர்களுக்கிடையில் ஏதோ ஒரு இணக்கம் இருந்திருக்கலாம் என்று அவள் நினைத்தாள். ஆனால் அவர் அவளிடத்தில் கனிவற்றவராய் இருந்தார், முரட்டுத்தனமாக அல்ல, கனிவில்லாது. அவரோடு இணக்கமாக இருக்கவேண்டும் என்ற முயற்சியை அவள் கைவிட்டாள். ரொட்டிக்கடையின் பின்கட்டை அவள் பார்த்தாள். அதன் ஒரு முனையில் அலுமினியத்தாலான கேக்

தட்டுகள் வரிசையில் அடுக்கப்பட்ட திடமான நீண்ட ஒரு மர மேசையை காண முடிந்தது. மேசையை அடுத்து காலியான அடுக்குகள் நிரம்பிய ஒரு உலோக பாத்திரமும் இருந்தது. ஒரு பிரமாண்டமான சூளை அடுப்பும் இருந்தது. வானொலியில் மேற்கத்திய நாட்டுப்புற இசை ஒலிபரப்பாகியிருந்தது,

அட்டையில் விபரங்களை நிரப்பிய பிறகு ரொட்டிக்கடைக்காரர் புத்தகத்தை மூடிவைத்தார். அவளைப் பார்த்து அவர் "திங்கட் கிழமை காலை" என்றார். அவருக்கு நன்றி சொல்லிவிட்டு அவள் வீட்டுக்குத் திரும்பினாள்

திங்கட்கிழமை காலை பிறந்தநாள் கொண்டாடவிருக்கும் சிறுவன் மற்றொரு சிறுவனுடன் பள்ளிக்கு நடந்துபோய்க் கொண்டிருந்தான். உருளைக்கிழங்கு வறுவல் பொட்டலம் ஒன்றை அவர்கள் ஒருவரிடமிருந்து மற்றவருக்கு பங்கிட்ட படியே நடந்தபோது பிறந்தநாள் சிறுவன், அன்று பிற்பகல் பிறந்த நாளுக்காக தனது நண்பன் என்ன பரிசு தர நினைத்திருக்கிறான் என்பதை அறிய முயற்சித்திருந்தான். சாலைகள் சந்திக்கும் அந்த முனையில், சாலையை பார்க்காமலேயே, பிறந்தநாள் சிறுவன் நடைமேடையிலிருந்து இறங்கிய அதே நொடியில் கார் ஒன்றினால் மோதித் தள்ளப்பட்டான். தான் வந்த பக்கமாகவே தலை சாக்கடைக்குள்ளாகவும் கால்கள் சாலையின் மீதுமாக அவன் விழுந்தான். அவனது கண்கள் மூடிக்கொண்டுவிட கால்கள் மட்டும் எதன் மீதோ ஏற முயற்சிப்பது போல முன்னும் பின்னுமாக இழுபட்டன. அவனது நண்பன் உருளைக்கிழங்கு வறுவலை கீழே போட்டுவிட்டு அழத் தொடங்கினான். ஒரு நூறு அடிபோல அந்த கார் ஓடி பின்பு சாலையின் நடுவில் நின்றது. ஓட்டுநர் இருக்கையில் இருந்த அந்த ஆள் தலையைத் திருப்பி பின்னால் பார்த்தான். சிறுவன் தடுமாறியபடியே எழுந்து நிற்கிறமட்டும் அவன் காத்திருந்தான். சிறுவன் கொஞ்சம் தள்ளாடினான். அதிர்ச்சியுற்றவன் போல் தெரிந்தபோதும் சுதாரித்துக்கொண்டான். ஓட்டுநர் வாகனத்தை கிளப்பிக்கொண்டு போய்விட்டான்.

பிறந்தநாள் சிறுவன் அழவில்லை. எதைப்பற்றியும் சொல் வதற்கும் அவனிடம் ஒன்றுமில்லை. கார் மோதியபோது எப்படி உணர்ந்தாய் என்று அவன் நண்பன் கேட்டபோது அவன் பதில் சொல்லவில்லை. அவன் வீட்டுக்கு திரும்பி நடக்க அவனுடைய நண்பன் பள்ளிக்குச் சென்றான். ஆனால் பிறந்தநாள் சிறுவன் வீட்டுக்கு வந்து அதைப் பற்றி தன் அம்மாவிடம் சொல்லிக்கொண்டிருந்தபோது, சோபாவில் அவனருகில் அமர்ந்து அவனது கைகளை மடியில் வைத்துக்கொண்டு "ஸ்காட்டி, தேனே, நிச்சயமாக உனக்கு ஒன்றுமில்லையே, குட்டி?" என்று சொல்லியபடியே எப்படியிருந்தாலும் மருத்துவரிடம் காண்பித்துவிடலாம் என்று யோசித்துக்கொண்டிருந்தபோதே, அவன் திடீரென்று சோபாவில் பின்பக்கமாய் சரிந்தான். கண்கள் மூடியிருக்க அவன் நினைவிழந்தான். அவனை எழுப்ப முடியாமல் போகவும் அவசரமாக தொலைபேசியை எடுத்து வேலைக்கு சென்றிருந்த தன் கணவனை அழைத்தாள். ஹாவார்ட் அவளை அமைதியாக இருக்கும்படி சொன்னான். பிறகு ஆம்புலன்ஸை அனுப்ப ஏற்பாடு செய்துவிட்டு மருத்துவமனைக்கு தானும் புறப்பட்டுச் சென்றான்.

பிறந்தநாள் கொண்டாட்டம் ரத்து செய்யப்பட்டது. குழந்தை மருத்துவமனையில் இருந்தான். லேசான தலைக் காயமும் அதிர்ச்சியும் வாந்தியும் இருந்தது. அவனது நுரையீரலில் திரவம் கோர்த்திருந்ததால் அன்று மதியம் அதை வெளியே எடுக்க வேண்டியிருந்தது. இப்போது அவன் ஆழ்ந்த தூக்கத்தில் இருப்பது போல் தெரிந்தான். ஆனால் கோமாவில் அல்ல. பெற்றோர்களின் கண்களில் தெரிந்த அச்சத்தைப் பார்த்த டாக்டர் பிரான்சிஸ் கோமா இல்லை என உறுதிபடச் சொன்னார். அன்றிரவு பதினோரு மணிக்கு, போதுமான அளவு பல்வேறு எக்ஸ்ரேக்களுக்கும் பரிசோதனைகளுக்கும் பிறகு, எந்த நேரத்திலும் அவன் விழித்துக்கொண்டு சௌகரியமாய் ஓய்வில் இருக்கும் நிலைக்கு வந்துவிடுவான் என்ற நிலையில் ஹாவார்ட் மருத்துவமனையிலிருந்து புறப்பட்டார். அன்று மதியத்திலிருந்து அவனும் ஆனியும் குழந்தையுடன் மருத்துவமனையில்

இருந்துவிட்டார்கள். எனவே, குளித்து உடைமாற்றிக்கொண்டு வந்துவிடலாம் என அவன் வீட்டுக்குப் புறப்பட்டான். "ஒரு மணி நேரத்தில் திரும்பி வந்து விடுகிறேன்" என அவன் சொன்னான். அவள் தலையசைத்தபடியே "போயிட்டு வா' என்றாள். "நான் இதைப் பார்த்துக்கொள்கிறேன்', அவளது நெற்றியில் அவன் முத்தமிட்டான். கைகளை தொட்டுக் கொண்டனர். படுக்கையருகிலிருந்த நாற்காலியில் உட்கார்ந்து அவள் குழந்தையை பார்த்துக்கொண்டிருந்தாள். அவன் கண் விழித்து சரியாகிவிட அவள் காத்திருந்தாள். அதன் பிறகு அவள் ஆசுவாசம் கொள்ளலாம்,

ஹாவார்ட் மருத்துவமனையிலிருந்து வீடு திரும்பினான். ஈரமான இருண்ட தெருக்களை மிக வேகமாக கடந்தான். பிறகு அதை உணர்ந்து வேகத்தை மட்டுப்படுத்தினான். இதுவரையிலும் அவனது வாழ்க்கை சிக்கலற்று அவனது திருப்திக்கு ஏற்றபடியே இருந்தது. கல்லூரி, கல்யாணம், மீண்டும் வியாபாரத்தில் மேற்படிப்புக்காக இன்னொரு வருடம் கல்லூரி, ஒரு முதலீட்டு நிறுவனத்தில் சிறிய அளவிலான பங்குதாரர் என்று நன்றாகவே கழிந்துள்ளது. பிறகு தந்தையானான். சந்தோஷமாகவே இருக்கிறான். இதுவரையிலும் அதிர்ஷடசாலியாகவும் இருக்கிறான் என்பதை அவன் அறிந்திருந்தான். அவனது பெற்றோர்கள் இன்னும் இருக்கிறார்கள். அவனது சகோதர சகோதரிகள் வாழ்க்கையில் நல்ல நிலைமையில் இருக் கிறார்கள். அவனது கல்லூரி நண்பர்களும் உலகில் அவரவர் களுக்கான நிலையை அடைந்துவிட்டிருக்கிறார்கள். இதுவரையிலும் எந்தவொரு தீங்கிலிருந்தும், துரதிர்ஷ்டம் வந்துற்றபோது ஒரு மனிதனை சாய்க்கவோ முடக்கிப் போடவோ முடியவல்ல சக்திகளிலிருந்தும், அவ்வாறான சக்திகள் உண்டு என்பதை அவன் அறிவான், விலக்கியே வைக்கப்பட்டிருக்கிறான். வழிநடையிலிருந்து வாகனத்தை ஒதுக்கி நிறுத்தினான். அவனது இடது கால் நடுங்கத் தொடங்கியது. வண்டியிலேயே ஒரு நிமிடம் உட்கார்ந்து இப்போதைய நிலைமையை விவேகமாக அணுக முயற்சித்தான். ஸ்காட்டி விபத்துக்குள்ளாகி மருத்துவமனையில் இருக்கிறான்.

ஆனால் அவன் சரியாகிவிடுவான். ஹாவார்ட் கண்களை மூடிக்கொண்டான். உள்ளங்கைகளால் முகத்தை தேய்த்தான். காரிலிருந்து வெளியே வந்து முன் கதவருகே சென்றான். வீட்டுக்குள்ளிருந்து நாய் குரைத்துக்கொண்டிருந்தது. தொலைபேசி மணி ஒலித்துக்கொண்டிருந்தது. கதவைத் திறந்து விளக்கைப் போடுவதற்காக ஸ்விட்சைத் தடவி தடுமாறியிருக்க மணி அடித்துக்கொண்டே இருந்தது. மருத்துவமனையிலிருந்து வந்திருக்கக் கூடாது, வந்திருக்கவே கூடாது, கஷ்டகாலம் என்று சொல்லியபடியே தொலைபேசியை எடுத்து "நான் இப்போதுதான் கதவைத் திறந்துகொண்டு உள்ளே வருகிறேன்" என்றான்.

"செய்து தரச் சொன்ன கேக்கை இன்னும் வாங்கிக் கொள்ள வில்லை" மறுமுனையிலிருந்து குரல் ஒலித்தது.

"என்ன சொல்றீங்க?" ஹாவார்ட் கேட்டான்.

"ஒரு கேக், பதினாறு டாலர் விலையுள்ள ஒரு கேக்" என்றது அந்தக் குரல்.

தொலைபேசியின் பேசியை காதிலேயே வைத்துக்கொண்டிருந்த ஹாவார்ட் புரிந்துகொள்ள முயன்றான் "கேக்கைப் பற்றி எனக்கெதுவும் தெரியாது, கடவுளே, நீ என்ன சொல்கிறாய்?" என்றான் அவன்.

"அதை என் தலையில் கட்டி விடாதீர்கள்" என்றது குரல்.

ஹாவார்ட் தொலைபேசியை வைத்தான். சமையலறைக்குள் சென்று கொஞ்சம் விஸ்கியை ஊற்றிக்கொண்டான். மருத்துவ மனையை தொலைபேசியில் தொடர்புகொண்டான். ஆனால் குழந்தையின் நிலைமை முன்பு போலவேதான் இருந்தது. அவன் இன்னும் தூங்கிக்கொண்டிருந்தான். அங்கே எந்த மாற்றமும் இல்லை. குளியல் தொட்டியில் தண்ணீர் நிறையத் தொடங்க ஹாவார்ட் முகச் சவரம் செய்துகொண்டான். தொட்டியில் இறங்கிப் படுத்துக் கொண்டு கண்களை மூடியபோது மீண்டும் தொலைபேசி ஒலித்தது. தொட்டியிலிருந்துத் தாவி இறங்கி ஒரு

துண்டை எடுத்துச் சுற்றிக்கொண்டு அவசரமாக ஓடினான். மருத்துவமனையிலிருந்து வந்தமைக்காக "முட்டாள் முட்டாள்" என சொல்லிக்கொண்டே விரைந்தான். ஆனால் தொலை பேசியை எடுத்து "ஹலோ" என கத்தியபோது மறுமுனையில் எந்த பதிலும் இல்லை. பிறகு அழைத்தவன் இணைப்பை துண்டித்துவிட்டான்.

நள்ளிரவுக்கு பிறகு அவன் மருத்துவமனைக்கு வந்து சேர்ந்தான். படுக்கையை அடுத்திருந்த நாற்காலியில்தான் ஆன் இன்னும் உட்கார்ந்திருந்தாள். ஹாவார்டை அவள் நிமிர்ந்து பார்த்துவிட்டு குழந்தையை திரும்பிப் பார்த்தாள். குழந்தையின் கண்கள் மூடியிருந்தன. தலை துணியால் சுற்றிக் கட்டப்பட்டு இருந்தது. அவன் மூச்சு சீராகவும் ஓசையின்றியும் இருந்தது. படுக்கைக்குப் பின்னாலிருந்த ஒரு சாதனத்திலிருந்து குளுக்கோஸ் பாட்டில் தொங்கியிருக்க அதிலிருந்து ஒரு குழாய் பையனின் கைக்கு நீண்டிருந்தது.

எப்படியிருக்கிறான் என்று கேட்ட ஹாவார்ட் இதெல்லாம் என்ன என்று குளுக்கோஸ் பாட்டிலையும் குழாயையும் பார்த்து சுட்டிக் கேட்டான்.

"டாக்டர் பிரான்சிஸ் சொல்லியிருக்கார். அவனுக்கு ஆகாரம் தேவை, அவன் தன் உடல் திடத்தையும் பேண வேண்டும், அவன் ஏன் இன்னும் எழுந்திருக்கவில்லை ஹாவார்ட்? அவனுக்கு எதுவுமில்லையே, எனக்கு ஒண்ணும் புரியவில்லை."

ஹாவார்ட் அவனது பின்னந்தலையில் கை வைத்தான். அவளது தலைமுடியை கோதினான். "அவனுக்கு சரியாகிவிடும். கொஞ்ச நேரத்தில எழுந்துவிடுவான். டாக்டர் பிரான்சிஸ்க்கு என்ன செய்ய வேண்டும் என்று தெரியும்."

கொஞ்ச நேரத்துக்குப் பிறகு "நீ வீட்டுக்குப் போய் கொஞ்ச நேரம் ஓய்வெடுத்தால் பரவாயில்லை. நான் இங்கு பார்த்துக் கொள்கிறேன். போனில் கூப்பிட்டுக்கொண்டே இருக்கும் அந்தப் பைத்தியகாரனை கண்டுகொள்ளாதே. தொலைபேசியை எதுவும் பேசாமல் வைத்துவிடு." என்றான்.

"யார் கூப்பிடுகிறார்கள்?"

"யார் என்று தெரியவில்லை. தொலைபேசியில் யாரையேனும் கூப்பிடுவதைத் தவிர வேறு வேலையில்லாத யாரோ, நீ கிளம்பு."

அவள் தலையாட்டினாள். "இல்லை, நான் நன்றாகத்தான் இருக்கிறேன்."

"அப்படியா. கொஞ்ச நேரம் நீ வீட்டுக்குப் போய் ஓய்வெடுத்து விட்டு வந்தால் நான் காலையில் போய்க் கொள்வேன். எல்லாம் சரியாகிவிடும். டாக்டர் பிரான்சிஸ் என்ன சொன்னார்? ஸ்காட்டி சரியாகிவிடுவான் என்றுதானே சொன்னார், நாம் எதுவும் கவலைப்பட வேண்டாம். அவன் இப்போது தூங்குகிறான். அவ்வளவுதான்."

ஒரு நர்ஸ் கதவைத் திறந்துகொண்டு உள்ளே வந்தாள். படுக்கையருகில் சென்ற அவள் அவர்களைப் பார்த்துத் தலையாட்டினாள். போர்வைக்குள்ளிருந்து இடது கையை எடுத்து மணிக்கட்டில் விரல்களை அழுத்தி, கைகடிகாரத்தைப் பார்த்தபடியே, நாடியை பரிசோதித்தாள். சற்று நேரத்துக்குப் பிறகு கையை போர்வைக்குள் இருத்திவிட்டு படுக்கையின் கால்மாட்டுக்குப் போனாள். படுக்கையில் பொருத்தப்பட்டிருந்த அட்டையில் எதையோ எழுதினாள்.

"எப்பிடி இருக்கிறான்?" ஆன் கேட்டாள். ஹாவார்டின் கை அவளுடைய தோளை அழுத்திக்கொண்டிருந்தது. அவனுடைய மன அழுத்தத்தை அவனது விரல்களின் வழியே உணர முடிந்தது.

"நன்றாக இருக்கிறான்" என்றாள் நர்ஸ். பிறகு அவள் "இன்னும் கொஞ்ச நேரத்தில் டாக்டர் வருவார், அவர் மறுபடியும் மருத்துவமனைக்கு வந்திருக்கிறார். இன்னும் கொஞ்ச நேரத்தில் இங்கே வருவார்" என்றாள்.

“இவர் கொஞ்சம் வீட்டுக்கு போய் ஓய்வெடுத்துவிட்டு வரட்டுமே என்று பேசிக்கொண்டிருந்தோம். டாக்டர் வந்த பிறகு போகலாமில்லையா?” ஹாவார்ட் அவளிடம் கேட்டான்.

“அவர் அப்படிச் செய்யலாமே” என்றாள் நர்ஸ். “உங்களுக்கு விருப்பமிருந்தால் அப்படியே செய்யலாம்” அந்த நர்ஸ் பொன்னிற கூந்தலையுடைய பருத்த ஸ்காண்டிநேவிய பெண் மணி. அவள் பேசும்போது உச்சரிப்பில் அந்த தொனியிருந்தது.

“டாக்டர் என்ன சொல்கிறார் என்று பார்ப்போம்” என்றாள் ஆன். “டாக்டரிடம் நான் பேசவேண்டும். இவன் இப்படியே தூங்கிக்கொண்டே இருக்கக்கூடாது என்று நினைக்கிறேன். அப்பிடியிருந்தால் அது நல்ல அறிகுறியாக படவில்லை.” அவள் தன் கைகளை கண்களருகே கொண்டு வந்து தலையைக் குனிந்தாள். அவளது தோளில் ஹாவார்டின் பிடி இறுகியது. அவனுடைய கைகள் கழுத்துக்கு நகர்ந்தன. கழுத்து தசைகளை அவனது விரல்கள் பிசையத் தொடங்கின.

“டாக்டர் பிரான்சிஸ் இன்னும் கொஞ்ச நேரத்தில் வந்து விடுவார்” என்று சொல்லிவிட்டு நர்ஸ் அறையைவிட்டு வெளியேறினாள்.

ஹாவார்ட் கொஞ்ச நேரம் தன் மகனை பார்த்தார், போர்வைக் குள் அவனுடைய சின்ன மார்புக்கூடு அமைதியாக ஏறி இறங்கியபடி இருந்தது. ஆனி அவனுடைய அலுவலகத்துக்கு அவனை தொலைபேசியில் அழைத்துப் பேசிய அந்த பயங்கர நிமிடங்களுக்குப் பிறகு முதல்முறையாக அப்போதுதான் அவன் தனது உடலில் அசலான பயம் பரவியதை உணர்ந்தான். தலையை ஆட்டத் தொடங்கினான். ஸ்காட்டி நன்றாகத்தான் இருக்கிறான், என்ன, வீட்டில் அவனுடைய படுக்கையில் தூங்கிக்கொண்டிருப்பதற்கு பதிலாக இங்கே மருத்துவ மனையில் தலையில் கட்டுக்களோடும் கையில் குழாயோடும் படுத்திருக்கிறான். ஆனால் இந்த நொடியில் அவனுக்கு இந்த உதவி, ஒத்தாசை தேவையானதாக உள்ளது.

டாக்டர் பிரான்சிஸ் உள்ளே வந்தார். சில மணி நேரங்களுக்கு முன்புதான் இருவரும் சந்தித்திருந்தபோதும், ஹாவார்டிடம் மீண்டும் கைகுலுக்கினார். ஆனி எழுந்துகொண்டாள், "டாக்டர்?"

"ஆனி" என்றபடியே தலையாட்டியவர் "இவன் எப்படி இருக்கார் என்று பார்க்கலாம்" என்றார். படுக்கையருகில் சென்று அவனது நாடியை பரிசோதித்தார். கண்ணிமைகளை ஒன்றன்பின் ஒன்றாக நீக்கிப் பார்த்தார். ஹாவார்டும் ஆனும் டாக்டருக்கு பக்கத்தில் நின்று பார்த்துக்கொண்டிருந்தனர். போர்வையை அகற்றிவிட்டு டாக்டர் பையனின் இதயத் துடிப் பையும் நுரையீரலையும் ஸ்டதெஸ்கோப்பால் பரிசோதித்தார். அடிவயிற்றில் இங்கும் அங்குமாக விரல்களைக் கொண்டு அழுத்திப் பார்த்தார். பரிசோதனையை முடித்ததும் படுக்கை யின் கால்மாட்டுக்குச் சென்று அட்டையில் எழுதியிருந்ததை பார்த்தார். நேரத்தை குறித்தவர் அட்டையில் எதையோ எழுதிவிட்டு ஹாவார்டையும் ஆனையும் பார்த்தார்.

"டாக்டர் எப்படி இருக்கிறான். இவனுக்கு என்ன பிரச்சினை? சரியாகச் சொல்லுங்கள்" ஹாவார்ட் கேட்டான்.

"இவன் ஏன் கண் விழிக்கவேயில்லை?" ஆனி கேட்டாள்.

டாக்டர் அகன்ற தோள்களோடும் பழுப்பு நிறமுகத்தோடும் அழகாக இருந்தார், மூன்று அடுக்குகள் கொண்ட நீல நிற சூட்டும் கோடுபோட்ட கழுத்துப்பட்டையும் தந்த நிறத்தாலான மணிக்கட்டு பொத்தான்களையும் அணிந்திருந்தார். அவரது நரைத்த தலைமுடி பக்கவாட்டில் வாரப்பட்டிருக்க, அப்போது தான் ஏதோ ஒரு இசைக் கச்சேரியிலிருந்து வந்தவர் போல இருந்தார். "அவன் நன்றாகத்தான் இருக்கிறான்" என்றார். "பயப்படுவதற்கு ஒன்றும் இல்லை. சரியாகிவிடுவான் என்று நினைக்கிறேன். ஆனால் அவனுக்கு எதுவுமில்லை. அவன் சீக்கிரமாக கண் விழிக்கவேண்டும். கொஞ்ச நேரத்தில் முழித்துவிடுவான். இருந்தாலும் அவன் எழுந்துகொண்டால் பரவாயில்லை என்று நினைக்கிறேன்." அவர் பையனை

மறுபடியும் பார்த்தார், "சில மணி நேரத்தில், இன்னும் சில பரிசோதனைகளின் முடிவுகள் வந்த பிறகு என்னவென்று தெரிந்துவிடும். நான் சொல்வதை கேளுங்கள். அவன் நன்றாகத் தான் இருக்கிறான். மண்டையோட்டில் ஒரு லேசான விரிசல் இருக்கிறது என்பதைத் தவிர ஒன்றும் பிரச்சினையில்லை."

"அய்யோ... அப்படியா" என்றாள் ஆன்.

"பிறகு நான் முன்பே சொன்னதுபோல கொஞ்சம் ரத்தக்கட்டு உள்ளது. உங்களுக்கே தெரியும் அவன் அதிர்ச்சியில் இருக்கிறான். இது மாதிரி அதிர்ச்சியில் இருக்கிறவர்களுக்கு இதுபோலத் தூக்கம் இருக்கும்."

"ஆனால் அவனுக்கு ஆபத்து எதுவும் இல்லையே? அவன் கோமாவில் இல்லையென்று இப்போதுதான் சொன்னீர்கள். இப்படி தூங்குவதை கோமா இல்லையென்று சொன்னால் பிறகு இது வேறென்ன?" ஹாவார்ட் கேட்டான். டாக்டரைப் பார்த்தான்.

"இல்லை. இதை நான் கோமாவென்று சொல்ல விரும்பவில்லை" என்று சொன்ன டாக்டர் மீண்டும் ஒருமுறை பையனைப் பார்த்தார். "அவன் ஆழ்ந்த தூக்கத்தில் இருக்கிறான். அவ்வளவு தான். உடல் தன்னைத் தானே சரிப்படுத்திக்கொள்ள எடுத்துக் கொள்ளும் ஒரு நடவடிக்கைதான் இது. அவனுக்கு எந்த விதமான ஆபத்தும் இல்லை. நான் உறுதியாகச் சொல்கிறேன். ஆனால் அவன் கண் விழித்த பிறகு பாக்கி பரிசோதனைகளும் முடிந்த பின்னர்தான் எதுவும் சொல்ல முடியும்."

"இது ஒருவிதமான கோமாதானே?"

"இது கோமா இல்லைதான். ஆனாலும் அப்படி இல்லையென்று சொல்ல முடியாது. இதை நான் கோமாவென்று சொல்ல விரும்பவில்லை. இது வரைக்கும் அப்படி இல்லை. அவனுக்கு பெரிய அதிர்ச்சி ஏற்பட்டுள்ளது. இது மாதிரி அதிர்ச்சி ஏற்பட்டவர்களுக்கு இப்படிப்பட்ட பாதிப்புகள்

ரொம்ப சாதாரணமானது. உடம்பில் ஏற்பட்டுள்ள காயங் களுக்கான தற்காலிகமான எதிர்வினைதான் இது. கோமா என்பது ஆழமான நீட்டிக்கப்பட்ட, நாட்கணக்கில், ஏன் வாரக்கணக்கில்கூட இருக்கக்கூடிய, சுயநினைவற்ற மயக்க நிலை. எங்களால் சொல்ல முடிந்த வரைக்கும் ஸ்காட்டி அப்படிப்பட்ட நிலைமையில் இல்லை. காலையில் அவனுடைய நிலைமையில் கொஞ்சம் முன்னேற்றம் இருக்கும். என்னால் உறுதியாகச் சொல்ல முடியும். அவன் கண் விழித்தால் நமக்கு மேலும் தெரிந்துகொள்ள முடியும். சீக்கிரத்திலேயே எழுந்துகொள்வான். நீங்கள் உங்களுக்கு எப்படி விருப்பமோ அப்படி செய்யலாம். இங்கேயே இருக்கலாம். இல்லையென்றால் வீட்டுக்குப் போய்விட்டு வரலாம். உங்களுக்கு வேண்டுமானால் நீங்கள் எதுவும் கவலைப்படாமல் தாராளமாக போய்விட்டு வரலாம். ஆனால் அப்படிச் செய்வது சுலபமில்லை என்று எனக்கு தெரியும்" டாக்டர் மீண்டும் பையனை கூர்ந்து பார்த்தார். ஆனிடம் திரும்பி "நீங்கள் கவலைப்படாமல் இருங்கள். எங்களால் முடிந்ததையெல்லாம் நாங்கள் செய்கிறோம். இன்னும் கொஞ்ச நேரம்தான்" என்றபடி தலையாட்டினார். ஹாவார்டிடம் மறுபடியும் கைகுலுக்கிவிட்டு அறையைவிட்டு வெளியேறினார்.

ஆன் பையனின் நெற்றியில் கை வைத்தாள் "பரவாயில்லை. இவனுக்கு காய்ச்சல் இல்லை" என்றாள். பிறகு "ஆனால், உடம்பு மிகவும் சில்லென்று உள்ளது. ஹாவார்ட் இவன் உடம்பு இப்படி இருக்கலாமா? அவன் தலையை தொட்டுப் பாருங்கள்" என்றாள்

ஹாவார்ட் பையனின் நெற்றிப் பொட்டைத் தொட்டான். அவனது சுவாசம் நிதானம் அடைந்தது "இந்த நிலைமையில் இவன் உடம்பு இப்படி இருப்பதுதான் சரி என்று எனக்குத் தோன்றுகிறது. அவன் அதிர்ச்சியில் இருக்கிறான் என்பதை நினைவில் வைத்துக்கொள். டாக்டர் அப்படித்தானே சொன்னார், இப்போதுதானே அவர் பார்த்துவிட்டுப் போனார். ஸ்காட்டிக்கு வேறு ஏதாவது என்றால் அவர் எதுவும் சொல்லியிருப்பாரில்லையா?"

ஆன் உதடுகளை கடித்தபடி அங்கேயே சிறிது நேரம் நின்றிருந்தாள். பிறகு அவள் நாற்காலியில் உட்கார்ந்து கொண்டாள்.

ஹாவார்ட் அருகிலிருந்த இன்னொரு நாற்காலியில் உட்கார்ந்தான். ஒருவரையொருவர் பார்த்துக்கொண்டனர். அவளை தைரியப்படுத்தும் விதமாக வேறு ஏதாவது ஒன்றை அவன் சொல்ல விரும்பினான். ஆனால் அவனும் பயந்துதான் போயிருந்தான். அவளுடைய கையை எடுத்து தன் மடியில் வைத்துக்கொண்டான். அப்படி செய்தது அவளுக்கு கொஞ்சம் ஆறுதலாயிருந்தது. அவளது கையை எடுத்து மெல்லப் பிடித்துவிட்டான். அழுத்தினான். பிறகு அப்படியே பற்றியிருந்தான். பையனை கவனித்தபடியே எதுவும் பேசாது இருவரும் அப்படியே கொஞ்ச நேரம் உட்கார்ந்திருந்தனர். அவ்வப்போது அவளது கைகளை அவன் பிடித்துவிட்டான். கடைசியில் அவள் கையை விடுவித்துவிட்டான்.

"நான் பிரார்த்தனை செய்துகொண்டிருந்தேன்" என்றாள்.

அவன் தலையாட்டினான்.

"எப்படி மறந்தேன் என்றே தெரியவில்லை. ஆனால் இப்பொழுது ஞாபகம் வருகிறது. நான் இப்போது செய்ய வேண்டியதெல்லாம் கண்ணை மூடி 'கடவுளே ஸ்காட்டியை காப்பாத்து' என்று வேண்டிக் கொள்வதுதான். அதன் பிறகு எல்லாம் சரியாகிவிடும். நீயும்கூட வேண்டிக்கொள்ளலாம்" என்றாள் அவனிடம்.

"நான் ஏற்கனவே வேண்டிக்கொண்டேன். இன்று மதியம், நேற்று சாயங்காலம், அதாவது நீ அழைத்தவுடனே, ஆஸ்பத்திரிக்கு வரும்போது என்று நான் தொடர்ந்து வேண்டிக்கொண்டுதான் இருந்தேன்" என்றான்

"அப்பிடி என்றால் சரி" என்றாள். முதல்முறையாக இந்த இக்கட்டான நேரத்தில் அவர்கள் இருவரும் ஒன்றிணைந்து

இருப்பதாக அவளுக்குத் தோன்றியது. தொடக்கத்திலிருந்து இப்போதைக்கு வரையிலும் ஸ்காட்டிக்கும் அவளுக்கும் மட்டுமே இவ்வாறு நடந்திருக்கிறது என்று உணர்ந்திருக்கிறாள். ஹாவார்ட் கூடவே இருந்தபோதிலும் அவனது உதவி தேவையாக இருந்தது என்றபோதிலும் அவள் ஹாவார்டை இதில் சம்பந்தப்படுத்தவேயில்லை. இப்போது அவனுக்கு மனைவியாக இருப்பதை நினைத்து சந்தோஷப்பட்டாள்.

அதே நர்ஸ் உள்ளே வந்து பையனின் நாடித் துடிப்பை பரி சோதித்தாள். படுக்கைக்கு மேலிருந்து தொங்கிக் கொண்டிருந்த கலனிலிருந்து இறங்கும் திரவ ஓட்டத்தையும் சரிபார்த்தாள்.

அடுத்த ஒரு மணிநேரத்துக்கு பிறகு இன்னொரு டாக்டர் வந்தார். தன்னுடைய பெயர் பார்சன்ஸ் என்றும் கதிரியக்கப் பிரிவிலிருந்து வருவதாகவும் சொன்னார். அடர்த்தியான மீசை வைத்திருந்தார். நாடாக்களற்ற காலணியும் மேற்கத்திய சட்டையும் ஜீன்ஸும் அணிந்திருந்தார்.

"இன்னும் சில எக்ஸ்ரேக்கள் எடுப்பதற்காக இவனை கீழே கொண்டுபோகிறோம். ஸ்கேனும் எடுக்க வேண்டும்" என்றார்.

"என்ன அது? எதுக்கு ஸ்கேன்?" ஆனி கேட்டாள். அவள் டாக்டருக்கும் படுக்கைக்கும் இடையில் நின்றிருந்தாள். "ஏற்கனவே எல்லா எக்ஸ்ரேவும் எடுத்தாகிவிட்டது என்று நினைத்தேன்."

"இன்னும் சில எடுத்தால் பரவாயில்லை என்று நாங்கள் நினைக்கிறோம். இதில் கவலைப்படுவதற்கு ஒன்றுமில்லை. எங்களுக்கு இன்னும் கொஞ்சம் எக்ஸ்ரேக்கள் இருந்தால் தேவலை. பிறகு மூளையை ஸ்கேன் செய்ய வேண்டும்" என்றார்.

"அய்யோ கடவுளே" என்றாள் ஆன்.

"இதுமாதிரி விபத்துகளில் இந்த வழிமுறைகள் எல்லாம் சாதாரணம்தான். இவன் இன்னும் ஏன் கண் விழிக்கவில்லை

என்பதற்கான சரியான காரணத்தை கண்டுபிடிக்க வேண்டும். இதெல்லாம் சாதாரணமாக எப்போதும் ஆஸ்பத்திரியில் செய்வதுதான். பயப்படுவதற்கு ஒண்றுமில்லை. இன்னும் கொஞ்ச நேரத்தில் இவனை நாங்கள் கீழே கொண்டு போகிறோம்" என்றார் அந்தப் புதிய டாக்டர்.

கொஞ்ச நேரத்தில் இரண்டு உதவிப்பணியாளர்கள் தள்ளு படுக்கையுடன் உள்ளே வந்தனர். கருத்த தலை முடியுடன் கருப்பாக இருந்த அவர்கள் வெள்ளை சீருடையிலிருந்தார்கள். அவர்களது மொழியில் ஒருவருக்கொருவர் ஏதோ சொல்லியபடியே பையனுக்கு போட்டிருந்த மருந்துக் குழாயை அகற்றிவிட்ட அவனை படுக்கையிலிருந்து தள்ளு படுக்கைக்கு மாற்றினார்கள். பிறகு அவர்கள் தள்ளு படுக்கையை உருட்டிக்கொண்டு போனார்கள். ஹாவர்டும் ஆனும் அதே மின்தூக்கியில் உடன் சென்றார்கள். ஆன் பையனை பார்த்தபடியே இருந்தாள். மின்தூக்கி இறங்கத் தொடங்கியபோது அவள் கண்களை மூடிக்கொண்டாள். தள்ளு படுக்கையின் இரண்டு முனைகளிலும் நின்றிருந்த பணியாளர்கள் ஒன்றும் பேசவில்லை. ஒரே ஒரு முறைமட்டும் அவர்களில் ஒருவன் அவர்களது மொழியில் ஏதோ ஒன்றை சொல்ல இன்னொருவன் பதிலுக்கு மெல்லத் தலையை மட்டும் ஆட்டினான்.

கொஞ்ச நேரத்துக்குப் பிறகு எக்ஸ்ரே பிரிவுக்கு வெளியிலிருந்த காத்திருப்பு அறையின் ஜன்னல்களை சூரியன் ஒளியூட்டத் தொடங்கிய வேளையில் பையனை வெளியே கொண்டுவந்து அவனது அறையில் சேர்த்தார்கள். ஹாவர்டும் ஆனும் இன்னுமொரு முறை அவனுடன் மின்தூக்கியில் உடன் வந்தார்கள். பிறகு மீண்டும் படுக்கையருகே அவரவர்கள் இருக்கையில் உட்கார்ந்துகொண்டனர்.

நாள் முழுக்கக் காத்திருந்தார்கள். ஆனாலும் பையன் கண் விழிக்கவில்லை. எப்போதாவது யாராவது ஒருவர் அறையிலிருந்து வெளியேறி கீழே இருக்கும் சிற்றுண்டிக்

கூடத்திற்கு காபி குடிக்க செல்வார்கள். திடீரென்று பையனின் நினைவு வந்து குற்றவுணர்வு ஏற்பட்டதுபோல மேசையிலிருந்து எழுந்து அவசரமாக அறைக்குத் திரும்புவார்கள். அன்று மதியம் டாக்டர் பிரான்சிஸ் மறுபடியும் வந்து பையனை பரிசோதித்தார். அவன் தேறி வருவதாகவும் எந்த நேரத்திலும் கண் விழித்துக் கொள்வான் என்றும் சொல்லிவிட்டு சென்றார். வெவ்வேறு நர்ஸ்கள் அவ்வப்போது வந்து சென்றார்கள். நுண்பரிசோதனைக் கூடத்திலிருந்து ஒரு இளம்பெண் கதவைத் தட்டிக்கொண்டு உள்ளே வந்தாள். வெள்ளை நிறத்தில் தளர்வான கால்சட்டையும் மேல்சட்டையும் அணிந்திருந்த அவள் தான் கொண்டு வந்த சிறிய பரிசோதனைத் தட்டை படுக்கையருகே வைத்தாள். அவர்களிடம் ஒரு வார்த்தையும் சொல்லாமல் பையனின் கையிலிருந்து ரத்தத்தை எடுத்தாள். பையனின் கையில் சரியான இடத்தை கண்டறிந்து ஊசியை குத்திய வேளையில் ஹாவர்ட் கண்களை மூடிக்கொண்டான்.

"எனக்கு இது எதுவுமே புரியவில்லை" என்றாள் ஆன் அந்தப் பெண்ணிடம்.

"டாக்டரின் உத்தரவு. என்ன செய்ய சொல்லியிருக்கிறார்களோ அதைத்தான் நான் செய்கிறேன். பரிசோதனைக்கு ரத்தம் எடு என்றார்கள். நான் எடுக்கிறேன். என்னானது இவனுக்கு? இந்த குட்டிச் செல்லத்துக்கு?" என்று கேட்டாள் அந்த இளம் பெண்.

"அவனை ஒரு கார் மோதிவிட்டது" என்றான் ஹாவர்ட் "கார் மோதிவிட்டு போய்விட்டது."

அந்த இளம் பெண் தலையை ஆட்டினாள். மீண்டும் பையனைப் பார்த்தாள். பிறகு அவள் தன் பரிசோதனைத் தட்டை எடுத்துக்கொண்டு வெளியேறினாள்.

"இவன் ஏன் கண்விழிக்கவில்லை?" ஆன் கேட்டாள் "ஹாவர்ட் இவர்களிடமிருந்து ஏதாவது பதில் வேண்டும் எனக்கு."

ஹாவர்ட் ஒன்றும் சொல்லவில்லை. அவன் மீண்டும் நாற்காலியில் கால் மேல் கால் போட்டபடி உட்கார்ந்தான்.

முகத்தைத் துடைத்துக்கொண்டான். தன் மகனைப் பார்த்தான். பிறகு நாற்காலியில் நன்றாக சாய்ந்துகொண்டு கண்களை மூடித் தூங்கத் தொடங்கினான்.

ஆன் ஜன்னலருகே சென்று வெளியே வாகனங்கள் நிறுத்து மிடத்தை நோட்டமிட்டாள். இரவு நேரம். கார்கள் முகப்பு விளக்கைப் போட்டபடி உள்ளே வருவதும் போவதுமாக இருந்தன. ஜன்னலின் விளிம்பை அழுத்தமாக பற்றியபடி ஜன்னலருகே நின்றிருந்த அவள் மனம் இதுவரையிலும் இல்லாத ஏதோவொன்றை, கடினமான ஒன்றை எதிர்கொள்ளப் போகிறார்கள் என்று அறிந்திருந்தது. பயத்தில் அவளது பற்கள் கிடுகிடுக்கத் தொடங்கின. வாயை இறுக மூடிக் கொண்டாள். மருத்துவமனைக்கு முன்பாக ஒரு பெரிய கார் நிற்பதையும் நீண்ட கோட் அணிந்த யாரோ ஒரு பெண் மணி காருக்குள் ஏறுவதையும் பார்த்தாள். அந்தப் பெண் தானாக இருக்க வேண்டுமென்றும் யாரோ ஒருவர் அது யாராக இருந்தாலும் சரி இங்கிருந்து அவளை அவளுக்காக ஸ்காட்டி காத்துக்கொண்டிருக்கும் ஏதோ ஒரு இடத்துக்கு கூட்டிச் செல்ல வேண்டுமென்றும் காரில் அவள் இறங்கும் போதே அம்மா என்று அவன் ஓடிவர அவள் அவனை அப்படியே அள்ளி எடுத்துக்கொள்ள வேண்டுமென்றும் அவள் விரும்பினாள்.

கொஞ்ச நேரத்தில் ஹாவர்ட் எழுந்துகொண்டான். அவன் மறுபடியும் பையனை பார்த்தான். நாற்காலியிலிருந்து எழுந்து சடவு முறித்துவிட்டு ஜன்னலருகே சென்று அவளுக்குப் பக்கத்தில் நின்றுகொண்டான். இருவரும் வாகனங்கள் நிறுத்து மிடத்தை வெறுமனே பார்த்து நின்றார்கள். இருவரும் எதுவும் பேசிக்கொள்ளவில்லை. ஆனால் இப்போது ஆழ்ந்த கவலை இருவரையும் வெகு இயல்பாக வெளிப்படையானவர்களாய் மாற்றியிருக்க அவர்கள் இருவரும் அடுத்தவரது மனதில் இருப்பதை உணர்ந்துகொண்டிருப்பது போலத் தெரிந்தது.

கதவு திறந்தது. டாக்டர் பிரான்சிஸ் உள்ளே வந்தார். இந்த முறை அவர் வேறொரு உடுப்பையும் கழுத்துப்பட்டையையும்

அணிந்திருந்தார். அவரது நரைமுடி தலையின் இரண்டு பக்கமும் வாரப்பட்டிருந்தது. அப்போதுதான் சவரம் செய்துகொண்டவர் போல தோற்றமளித்தார். அவர் நேராக படுக்கையருகே சென்று பையனை பரிசோதித்தார். "இந்த நேரத்துக்கெல்லாம் இவன் சரியாகியிருக்க வேண்டும் இப்படி இவன் இருக்க எந்தவொரு காரணமும் இல்லை" என்றார். "ஆனால் அவன் அபாய கட்டத்தை தாண்டிவிட்டான் என்று நாங்கள் நம்புகிறோம் என்று என்னால் சொல்ல முடியும். அவன் கண் விழித்துக்கொண்டால் நமக்கு தெம்பாக இருக்கும். அவன் கண் விழிக்காமல் இருப்பதற்கு எந்த காரணமும் இல்லை. சீக்கிரத்திலேயே அவன் எழுந்துகொள்ள வேண்டும். எழுந்துகொள்ளும்போது அவனுக்கு தலைவலி எதுவும் இருந்தால் அதை ஒரு நல்ல அறிகுறியாக எடுத்துக் கொள்ளலாம். அதை நாம் புரிந்துகொள்ளலாம். ஆனால் அவனுடைய எல்லா அறிகுறிகளும் நலமாகவே உள்ளன. எவ்வளவு இயல்பானதாக இருக்க வேண்டுமோ அந்தளவு அவை இயல்பாகத்தான் உள்ளன."

"அப்படி என்றால் இது கோமாதானா?" என்று கேட்டாள் ஆன்.

டாக்டர் தன்னுடைய வளவளப்பான கன்னத்தைத் தேய்த்துக் கொண்டார் "அவன் கண் விழித்துக்கொள்ளும் வரையில் இப்போதைக்கு அப்படி வைத்துக்கொள்ளலாம். கஷ்டம்தான். எனக்குத் தெரியும். ரொம்ப சிரமம்தான். கொஞ்சம் ஆசுவாசப்படுத்திக்கொண்டு போய் ஏதாவது சாப்பிட்டுவிட்டு வாருங்கள்" என்ற அவர் மேலும் சொன்னார் "உங்களுக்கு அது நல்லது. நீங்கள் போவது பரவாயில்லை என்று நினைத்தால் நீங்கள் போய் வரும் வரைக்கும் இங்கே ஒரு நர்ஸை இருக்கச் சொல்கிறேன். போய் ஏதாவது சாப்பிட்டுவிட்டு வாருங்கள்."

"என்னால எதுவும் சாப்பிட முடியாது" என்றாள் ஆன்

"உங்களுக்கு எப்படித் தோன்றுகிறதோ அப்படி செய்யுங்கள்" என்றார் டாக்டர். "இருந்தாலும் நான் உங்களுக்கு சொல்வது

என்னவென்றால் அவனுடைய எல்லா அறிகுறிகளும் சரியாக இருக்கின்றன. பரிசோதனைகளில் எதுவுமே எதிர்மறையாக இல்லை. எதுவுமே இல்லை. அவன் கண் முழித்துவிட்டால் போதும். எல்லாம் சரியாகிவிடும்.”

“நன்றி டாக்டர்” என்றான் ஹாவர்ட். அவன் டாக்டருடன் மீண்டும் கைகுலுக்கினான். அவர் அவனது தோளில் தட்டி விட்டுச் சென்றார்.

“நம் இருவரில் யாராவது ஒருவர் வீட்டுக்குப் போய் பார்த்து விட்டு வரவேண்டும் என்று எனக்குத் தோன்றுகிறது” என்றான் ஹாவர்ட் “வேறு எதற்காக இல்லை என்றாலும் ஸ்லகுக்கு ஏதாவது சாப்பிட தர வேண்டும்.”

“பக்கத்து வீட்டுக்காரர்களில் யாரையாவது கூப்பிடு. மார்கனை கூப்பிடு. யாராவது ஒருத்தரை அழைத்து நாய்க்கு சாப்பாடு கொடுங்கள் என்று சொன்னால் செய்வார்கள்” என்றாள் ஆன்.

“சரி” என்றான் ஹாவர்ட். சிறிது நேரத்துக்குப் பிறகு அவன் சொன்னான் “ஏம்மா நீ ஏன் நான் சொல்வதை செய்யக் கூடாது? வீட்டுக்குப் போய் எல்லாம் சரியாக இருக்கிறதா என்று பார்த்துவிட்டு வரலாமே? உனக்கும் கொஞ்சம் நன்றாக இருக்கும். நான் இங்கே இவனுடனே இருக்கிறேன். இந்த சமயத்தில் நாம் நம்மையும் திடமாக வைத்துக்கொள்ள வேண்டும். அவன் எழுந்த பிறகு கொஞ்ச நேரம் நாம் இங்கே இருக்க வேண்டியிருக்கும்.”

“நீ ஏன் போகக்கூடாது? நாய்க்கும் போடு. நீயும் சாப்பிடு” என்றாள்.

“நான்தான் ஏற்கனவே போய்விட்டு வந்துவிட்டேனே. சரியாக ஒருமணி நேரம் பதினைந்து நிமிடம் நான் போய்விட்டு வந்தேன். நீயும் ஒருமணி நேரம் வீட்டுக்குப் போய் ஓய்வெடுத்துக் கொண்டு பிறகு வா.”

அவள் அதைப் பற்றி யோசிக்க முயன்றாள். ஆனால் அவள் மிகவும் களைத்திருந்தாள். கண்களை மூடி அதைப்

பற்றி யோசிக்க முனைந்தாள். கொஞ்ச நேரத்துக்குப் பிறகு சொன்னாள் "கொஞ்ச நேரம் நான் வீட்டுக்குப் போய்விட்டு வருகிறேன். நான் இங்கேயே உட்கார்ந்துகொண்டு ஒவ்வொரு நிமிஷமும் அவனைப் பார்த்துகொண்டே இல்லாமல் இருந்தால் ஒருவேளை அவன் முழித்துக்கொள்வானாக இருக்கும். நான் இங்கே இல்லாமல் இருந்தால் அவன் எழுந்து கொள்வான் என்று நினைக்கிறேன். நான் வீட்டுக்குப் போய் குளித்துவிட்டு உடுப்பை மாற்றிக்கொள்கிறேன். ஸ்லகுக்கு சாப்பாடு தருகிறேன். பிறகு இங்கே வருகிறேன்."

"நான் இங்கேயேதான் இருப்பேன்" என்றான். "நீ வீட்டுக்குப் போ. நான் இவனைப் பார்த்துக்கொள்கிறேன்." அவனுடைய கண்கள் வெகு நேரமாக குடித்துக் கொண்டிருப்பவனைப் போல சிவந்து சிறுத்திருந்தன. அவனுடைய உடைகள் கசங்கி யிருந்தன. தாடி முளைக்கத் தொடங்கியிருந்தது. அவள் அவனது முகத்தைத் தொட்டாள். பிறகு கைகளைப் பின்னுக்கு இழுத்துக்கொண்டாள். கொஞ்ச நேரம் அவன் தனியாக இருக்க விரும்புகிறான் என்றும் பேசவோ அவனுடைய கவலைகளை பகிர்ந்துகொள்ளவோ விரும்பவில்லை என்றும் அவள் புரிந்துகொண்டாள். அவள் தன்னுடைய பணப்பையை எடுத்து மேல்கோட்டுப் பையில் போட்டுக்கொண்டாள்.

"நான் அதிக நேரம் எடுத்துக்கொள்ள மாட்டேன்" என்றாள்.

"வீட்டுக்குப் போனதும் கொஞ்ச நேரம் உட்கார்ந்து ஓய்வெடு" என்றான். "ஏதாவது சாப்பிடு. ஒரு குளியல் போடு. குளித்த பிறகும் சற்று நேரம் உட்கார்ந்து ஓய்வெடு. மிகவும் ஆசுவாசமாக இருக்கும். நீ வேண்டுமானால் பார். அதன் பிறகு திரும்பி வா. கவலைப்படாமல் இருக்க பார்க்கலாம். டாக்டர் பிரான்சிஸ் சொன்னதை நீ கேட்டாய் அல்லவா?"

மேல்கோட்டை அணிந்துகொண்டு ஒரு நிமிடம் நின்றாள். டாக்டர் சொன்ன வார்த்தைகளை அப்படியே நினைவில் கொண்டு வர முயன்றாள். அவர் சொன்ன வார்த்தைகளுக்குப் பின்னால் அவர் சொன்னதைத் தவிர வேறு ஏதாவது ஒன்றைச்

சுட்டும் குறிப்பு, சங்கேதம் இருந்ததோ என யோசித்தாள். பையனை பரிசோதிக்க அவர் குனியும்போது அவருடைய முகபாவத்தில் எதுவும் மாற்றம் இருந்ததா எனவும் யோசிக்க முயன்றாள். அவனது கண்ணிமைகளை விரித்து பரிசோதித்த போதும் அவனது சுவாசத்தை கணித்தபோதும் டாக்டரது உடல் மொழி இயல்பாக இருந்ததை அவள் நினைவு படுத்திக்கொண்டாள்.

கதவருகில் சென்றவள் திரும்பிப் பார்த்தாள். தனயனைப் பார்த்தவள் அதன் பிறகு தந்தையைப் பார்த்தாள். ஹாவர்ட் தலையசைத்தான். அறையைவிட்டு வெளியேறி கதவை இழுத்துச் சாத்தினாள்.

நர்ஸ்களின் இருப்பிடத்தைக் கடந்து வராந்தாவின் மூலையை அடைந்து மின்தூக்கிக்காகக் காத்திருந்தாள். வராந்தாவின் கடைசியில் வலது பக்கமாய் திரும்பி நீக்ரோ குடும்பமொன்று பிரம்பு நாற்காலிகளில் உட்கார்ந்திருந்த சிறிய காத்திருக்கும் அறைக்குள் நுழைந்தாள். காக்கி நிறத்தில் சட்டையும் பேண்டும் அணிந்த நடுத்தர வயதுக்காரன் ஒருவன் பேஸ்பால் தொப்பி தலையின் பின் பக்கமாக சரியும்படியாக அணிந்திருந்தான். சாதாரண உடுப்பும் செருப்பும் அணிந்திருந்த பருத்த பெண்மணி ஒருத்தி நாற்காலியில் சரிந்திருந்தாள். ஜீன்ஸ் அணிந்த எண்ணற்ற சிறிய ஜடைகளைக் கொண்டது போல் தலைமுடியை அலங்கரித்திருந்த பருவப் பெண் புகைபிடித்தபடி நாற்காலிகள் ஒன்றில் கணுக்கால்கள் பின்னியிருக்க கால்நீட்டி சரிந்திருந்தாள். ஆன் அறைக்குள் நுழைந்ததும் அந்தக் குடும்பத்தின் அனைவரது கண்களும் அவளை நோக்கித் திரும்பின. சிறிய மேசை முழுக்க பர்க்கர் பொட்டலத் தாள்களும் ரப்பர் குவளைகளுமாய் குப்பையாகக் கிடந்தன.

"பிராங்களின்?" பருத்த பெண்மணி நிமிர்ந்தபடியே கேட்டாள். "பிராங்களின் பத்தி எதுவும் சொல்லப் போகிறாயா?" அவளது கண்கள் விரிந்தன. "இப்போதே என்னிடம் சொல்லு" என்றாள். அவள் நாற்காலியிலிருந்து எழுந்துகொள்ள முயன்றாள்.

ஆனால் அந்த ஆள் அவளது தோள்களை கைகளால் பற்றிக் கொண்டான்.

"பொறு பொறு எவிலின்" என்றான்.

"என்னை மன்னித்துவிடுங்கள்" ஆன் சொன்னாள் "லிப்ட்டை தேடிக்கொண்டு வந்தேன். என் பையன் இங்கே சிகிச்சையில் இருக்கிறான். லிப்ட் எங்கே உள்ளதென்று தெரியவில்லை."

"லிப்ட் அந்தப் பக்கமாக கீழே இருக்கிறது. இடது பக்கமாக திரும்பிப் போக வேண்டும்" விரலை நீட்டிக் காட்டியபடி அந்த ஆள் சொன்னான்.

சிகரெட்டைப் புகைத்தபடியே அந்தப் பெண் ஆனைப் பார்த்தாள். அவளது கண்கள் சிறு கீறல்கள் போல் சுருங்கியிருக்க புகையை ஊதுகையில் அவளது தடித்த உதடுகள் மெதுவாக திறந்திருந்தன. அந்த நீக்ரோ பெண்மணி தலையை பின்னுக் கிழுத்துக் கொண்டு அக்கறை இல்லாதவளாய் பார்வையை ஆனிடமிருந்து திருப்பிக்கொண்டாள்.

"என் பையனை ஒரு கார் மோதிவிட்டது" ஆன் அந்த ஆளிடம் சொன்னாள். அவள் தனக்குத்தானே விவரித்துக்கொள்ள வேண்டியது போலிருந்தது "அவனுக்கு ரத்தக்கட்டு இருக்கிறது. தலையில் லேசாக ஒரு எலும்பு விரிசல். ஆனால் அவன் சரியாகி விடுவான். அவன் அதிர்ச்சியில் இருக்கிறான். ஆனால் அது ஒருவிதமான கோமாவாகக் கூட இருக்கலாம். கோமாதானா என்று எங்களுக்கு கொஞ்சம் கவலையாக உள்ளது. நான் கொஞ்ச நேரம் வெளியில் போய்விட்டு வரலாம் என்று செல்கிறேன். என்னுடைய கணவர் பையனுடன் இருக்கிறார். நான் சென்ற பிறகு அவன் ஒருவேளை கண்விழிக்கக் கூடும்."

"அடடா ரொம்ப மோசம்" என்ற அந்த ஆள் நாற்காலியில் நிமிர்ந்து உட்கார்ந்தான். மேசைக்குக் கீழே பார்வையைத் தாழ்த்திய அவன் மீண்டும் ஆனைப் பார்த்தான். அவள் இன்னும் அங்கேயேதான் நின்றிருந்தாள். "எங்களுடைய

பிராங்களினுக்கு இப்போது ஆபரேஷன் நடந்துகொண்டு இருக்கிறது. யாரோ அவனை வெட்டிவிட்டார்கள். அவனைக் கொல்ல முயற்சி செய்திருக்கிறார்கள். ஏதோ ஒரு பார்ட்டிக்கு போயிருந்த இடத்தில் ஏதோ சண்டை போல. யாரைப் பற்றியும் கவலைப்படாமல் அவன் சும்மா நின்று வேடிக்கை பார்த்துக்கொண்டுதான் இருந்தான் என்று சொல்கிறார்கள். ஆனால் இன்றைக்கு இருக்கும் நிலைமையில் அதெல்லாம் எதுவும் சொல்ல முடியாது. இப்போது அவனுக்கு ஆபரேஷன் நடக்கிறது. நாங்கள் நம்பிக்கையுடன் பிரார்த்தனையில் இருக்கிறோம். எங்களால் அதுதான் செய்ய முடியும்" அவன் அவளைத் திடமாக பார்த்தபடியே சொன்னான்.

ஆன் தன்னையே கவனித்தபடியிருந்த அந்தப் பெண்ணைப் பார்த்தாள். பிறகு வயதான அந்தப் பெண்மணியைப் பார்த்தாள். அவள் தலை இப்போது கவிழ்ந்திருந்தது. கண்கள் மூடியிருந்தன. அவளது உதடுகள் மௌனமாக வார்த்தைகளை முணுமுணுத்திருப்பதை ஆன் கண்டாள். என்ன வார்த்தைகளை அவள் முணுமுணுக்கிறாள் என்பதை அறிய விரும்பினாள். தன்னைப் போலவே ஒரு காத்திருத்தலில் இருக்கும் இந்த ஆட்களிடம் இன்னும் நிறைய பேசவேண்டும் போலிருந்தது அவளுக்கு. அவளும் பயந்திருக்கிறாள். அவர்களும் பயந்திருக்கிறார்கள். அவர்களுக்குள் அது பொதுவான அம்சமாக உள்ளது. அந்த விபத்தைப் பற்றி மேலும் சொல்ல வேண்டுமென்றும் ஸ்காட்டியைப் பற்றியும் அந்த விபத்து அவனது பிறந்த நாளான திங்கட்கிழமையன்று நடந்தது என்றும் அவன் இன்னும் நினைவு திரும்பாமல் கிடக்கிறான் என்றும் சொல்ல விரும்பினாள். ஆனாலும் அதை எப்படித் தொடங்குவது என்று அவளுக்குத் தெரியவில்லை. வேறு எதுவுமே சொல்லாது அவள் அவர்களைப் பார்த்தபடி அங்கேயே நின்றிருந்தாள்.

அந்த ஆள் சுட்டிக்காட்டிய திசையில் வராந்தாவில் நடந்து மின்தூக்கியை அவள் கண்டடைந்தாள். மூடிய கதவுகளுக்கு முன்பாக அவள் ஒரு நிமிடம் தான் செய்வது சரிதானா

என்று யோசிப்பவள் போல நின்றாள். பிறகு அவள் விரலால் பொத்தானை அழுத்தினாள்.

காரை நிறுத்திவிட்டு அதனை அணைத்தாள். ஒரு நிமிடம் கண்களை மூடிக்கொண்டு ஸ்டியரிங்கின் மீது தலையை சாய்த்துக்கொண்டாள். குளிரத் தொடங்கிய என்ஜினின் துடிப்போசையை கவனித்தாள். பிறகு காரிலிருந்து வெளியே வந்தாள். வீட்டுக்குள்ளிருந்து நாய் குரைக்கும் சத்தத்தை அவளால் கேட்க முடிந்தது. திறந்திருந்த முன் பக்கக் கதவருகே சென்றாள். வீட்டுக்குள் சென்று விளக்குகளை எரியவிட்டாள். தேநீருக்காக கெட்டிலில் தண்ணீர் ஊற்றி வைத்தாள். நாய்க்குத் தரப்படும் உணவுப் பொட்டலத்தைத் திறந்து பின்கட்டில் ஸ்லகுக்கு போட்டாள். பசியுடனிருந்த அந்த நாய் அதை உண்டது. அவள் வீட்டில் இருக்கப் போகிறாளா என்று தெரிந்துகொள்ளும் பொருட்டு அது சமையலறைக்குள் ஓடியபடியே இருந்தது. தேநீருடன் அவள் சோபாவில் உட்கார்ந்த நேரம் தொலைபேசி மணி ஒலித்தது.

"ஹலோ சொல்லுங்க" என்றாள்.

"திருமதி வெய்ஸ்?" கேட்டது ஒரு ஆண் குரல். அப்போது அதிகாலை ஐந்து மணி. பின்னணியில் ஏதோ ஒரு இயந்திரத்தின் சத்தத்தை கேட்க முடிந்தது.

"ஆமாம் என்ன விஷயம்?" அவள் கேட்டாள். "ஆமாம், நான் வெய்ஸ்தான் பேசுகிறேன். என்ன விஷயம்? தயவு செய்து சொல்லுங்கள்" பின்னணியிலிருந்து வந்த சத்தத்தை அவள் கவனித்தாள் "ஸ்காட்டியப் பற்றி எதுவும் செய்தியா, கடவுளே?"

"ஸ்காட்டி?" ஆண் குரல் கேட்டது. "ஸ்காட்டியைப் பற்றியா? ஆமாம். அது ஸ்காட்டி சம்பந்தப்பட்டதுதான் அந்தப் பிரச்சினை. ஸ்காட்டியைப் பற்றியே மறந்து விட்டீர்களா?" கேட்டான் அவன். பிறகு தொலைபேசி துண்டிக்கப்பட்டது

அவள் மருத்துவமனைக்கு தொலைபேசியில் தொடர்பு கொண்டு மூன்றாவது தளத்துக்கு இணைப்பைத் தரும்படி

கேட்டாள். தொலைபேசியில் பதிலளித்த நர்ஸிடம் தன் மகனைப் பற்றி தகவல் சொல்லும்படி கேட்டாள். பிறகு அவள் தன் கணவனிடம் பேச வேண்டும் என்றும் சொன்னாள். மிகவும் அவசரம் என்றும் சொன்னாள்.

தொலைபேசி வயரை விரல்களால் திருகியபடியே அவள் காத்திருந்தாள். கண்களை மூடிக்கொண்ட அவளுக்கு வயிற்றுக்குள் சங்கடமாக உணர்ந்தாள். ஏதாவது சாப்பிட்டாக வேண்டும். ஸ்லக் பின் கட்டிலிருந்து உள்ளே வந்து அவளது காலருகில் படுத்துக்கொண்டது. வாலாட்டியது. அது அவளது விரல்களை நக்கத் தொடங்கியதும் காதைப் பிடித்து இழுத்தாள். ஹாவர்ட் மறுமுனையிலிருந்து பேசினான்.

"யாரோ ஒருவன் இப்போது அழைத்தான்" என்றாள். தொலை பேசி வயரைத் திருகினாள் "ஸ்காட்டியப் பற்றி என்று அவன் சொன்னான்" சொல்லியபடியே அழுதாள்.

"ஸ்காட்டி நன்றாகத்தான் இருக்கிறான்" ஹாவர்ட் அவளிடம் சொன்னான் "அதாவது அவன் இன்னும் தூங்கிக் கொண்டு தான் இருக்கிறான். ஒரு மாற்றமும் இல்லை. நீ போன பிறகு நர்ஸ் இரண்டு தடவை வந்துவிட்டு போனாள். அவன் நன்றாகத்தான் இருக்கிறான்."

"அழைத்த அந்த ஆள் ஸ்காட்டியப் பற்றிய விஷயம் என்று சொன்னான்" என்றாள் அவனிடம்.

"நீ கொஞ்ச நேரம் ஓய்வெடும்மா. உனக்கு ஓய்வு அவசியம். என்னிடம் பேசிய அதே ஆளாகத்தான் இருக்க வேண்டும். அதை நீ மறந்துவிடு. நீ ஓய்வெடுத்த பிறகு இங்கே வா. அதன் பிறகு நாம் ஏதாவது சாப்பிடலாம்."

"சாப்பாடா? எனக்கொன்றும் சாப்பிட வேண்டாம்" என்றாள்.

"நான் என்ன சொல்ல வருகிறேன் என்று புரிந்துகொள். பழரசமோ ஏதாவது ஒன்று. எனக்குத் தெரியவில்லை ஆன். எனக்கு எதுவுமே தெரியாது. கர்த்தரே, எனக்கு பசியுமில்லை.

ஆன், இப்போது பேசுவது சிரமமாக இருக்கிறது. இங்கே நான் நர்ஸ்ஸுகளோட மேசைக்கு முன்னால் நிற்கிறேன். இன்று காலையில் எட்டு மணிக்கு டாக்டர் பிரான்சிஸ் வருகிறார். அப்போது அவர் எதாவது நம்மிடம் சொல்லுவார். இன்னும் உறுதியாக ஏதாவது சொல்லுவார். அப்படித்தான் ஒரு நர்ஸ் சொன்னார். அதற்கு மேல் அவளுக்கு வேறு எதுவும் தெரியவில்லை ஆன். அப்போது நமக்கு இன்னும் வேறு ஏதாவது கூடுதலாக தெரியும். எட்டு மணிக்கு முன்னால் நீ வந்துவிடு. நான் இங்கயேதான் இருக்கிறேன். ஸ்காட்டி நன்றாக இருக்கிறான். அவன் அதே மாதிரிதான் இருக்கிறான்" என்றான்.

"போன் அடித்தபோது நான் டீ குடித்துக்கொண்டிருந்தேன். ஸ்காட்டிய பற்றிய விஷயம் என்று சொன்னான். பேசும்போது பின்னால் ஏதோ சத்தம் கேட்டுகொண்டே இருந்தது. உனக்கு வந்த போனில் பேசும்போதும் அதுமாதிரி எதுவும் சத்தம் கேட்டதா ஹாவர்ட்?"

"எனக்கு ஞாபகம் இல்லை" என்றான். "அவன் அந்த காருடைய ஓட்டுனராக இருக்கலாம். ஸ்காட்டிய பற்றி எப்படியாவது தெரிந்துகொண்ட வேறு ஏதாவது ஒரு மனநோயாளியாக இருக்கலாம். நான் இப்போது இங்கே அவன் கூட இருக்கிறேன். நீ வேறு எதுவும் யோசிக்காமல் ஓய்வெடுத்துக்கொள். அப்புறம் குளித்துவிட்டு ஏழு மணிபோல இங்கே வா. டாக்டர் இங்கே வரும்போது நாம் இரண்டு பேருமே சேர்ந்து பேசுவோம். எல்லாமே சரியாக போய்விடும். நான் இருக்கிறேன். டாக்டர்கள், நர்ஸ்கள் எல்லோரும் இருக்கிறார் கள். அவனுடைய நிலைமை சீராக இருக்கிறது என்றுதான் சொல்கிறார்கள்."

"எனக்கு செத்துப் போவது மாதிரி பயம்" என்றாள்.

தண்ணீரை திருப்பிவிட்டவள் உடைகளை களைந்து விட்டு தொட்டிக்குள் இறங்கினாள். விரைவாக குளித்து விட்டு துவட்டிக்கொண்டாள். தலைகுளிக்க அதிக

நேரமெடுத்துக்கொள்ளவில்லை. சுத்தமான உள்ளாடை களையும் கம்பளியாலான சட்டையையும் ஸ்வெட்டரையும் அணிந்துகொண்டாள். வரவேற்பறைக்கு சென்றாள். நாய் அவளை நிமிர்ந்து பார்த்து வாலை ஒரு முறை தரையில் அடித்தது. காரில் அவள் ஏறச் சென்றபோது வெளியில் நன்றாக வெளிச்சம் பரவத் தொடங்கியிருந்தது.

வாகனங்களை நிறுத்துமிடத்தில் காரை ஓட்டிச் சென்றவள் வாசலுக்கு அருகிலாக ஒரு காலியிடத்தைக் கண்டாள். தன் மகனுக்கு ஏற்பட்ட விபத்துக்கு தானும் காரணம் என்று ஏதோ ஒரு புரியாத விதத்தில் அவள் உணர்ந்தாள். அவள் தன் எண்ணங்களை மாற்றும்விதமாக நீக்ரோ குடும்பத்தை பற்றி யோசிக்கத் தொடங்கினாள். அவனுடைய பெயர் பிராங்கிளின் என்பதையும் பர்கர் பொட்டலத்தின் காகித உறைகள் நிறைந்து கிடந்த மேசையையும் சிகரெட்டை புகைத்தபடியே அவளை உற்றுப் பார்த்துக்கொண்டிருந்த பருவப் பெண்ணையும் அவளுக்கு நினைவிருந்தது. மருத்துவமனையின் வாசற் கதவில் நுழைந்தபடியே மனதில் தோன்றிய அந்தப் பெண்ணின் உருவத்திடம் அவள் சொன்னாள் "குழந்தையே பெற்றுக் கொள்ளாதே தயவுசெய்து வேண்டாம்."

அப்போதுதான் வேலைக்கு வந்திருந்த இரண்டு நர்ஸுகளுடன் மின்தூக்கியில் மூன்றாவது தளத்துக்கு சென்றாள். அன்று புதன்கிழமை காலை நேரம். ஏழு மணிக்கு சில நிமிடங்கள் இருந்தன. மூன்றாவது தளத்தில் நின்று மின்தூக்கியின் கதவுகள் திறந்துகொண்டபோது டாக்டர் மேடிசன்னுக்கு ஒரு தகவல் வந்தது. அவள் மின்தூக்கிக்குள் நுழைந்தபோது தடைபட்ட அவர்களது உரையாடலை நர்சுகள் இருவரும் மறுபக்கமாக திரும்பிக்கொண்டு தொடரவும் அவள் லிப்டிலிருந்து வெளியே வந்தாள். வராந்தாவில் நடந்துசென்று நீக்ரோ குடும்பம் காத்திருந்த அந்த அறைக்கு சென்றாள். அவர்கள் எல்லோரும் போய்விட்டிருந்தனர். ஆனால் நாற்காலிகள் அனைத்தும் சில நிமிடங்களுக்கு முன்புதான் ஆட்கள் அவற்றிலிருந்து தாவிக் குதித்து போனதுபோல தாறுமாறாக கலைந்து கிடந்தன.

மேசையின் மீது அதே கோப்பைகளும் காகிதங்களும் குவிந்து கிடந்தன. சாம்பல்கிண்ணம் சிகரெட் துண்டுகளால் நிறைந்து கிடந்தது.

நர்ஸ்களின் இருப்பிடத்தை அடைந்தாள். மேசைக்கு பின்பாக கொட்டாவி விட்டபடி தலைவாரிக் கொண்டிருந்தாள் ஒரு நர்ஸ்.

"நேற்று இரவு நீக்ரோ பையன் ஒருவனுக்கு ஆபரேஷன் நடந்தது. அவன் பெயர் பிராங்கிளின். அவனுடைய குடும்பத்தைச் சேர்ந்தவர்கள்கூட அந்த அறையில் இருந்தார்களே. அவன் இப்போது எப்படி இருக்கான் என்று நான் தெரிஞ்சுக்கலாமா?"

மேசைக்குப் பின்னாக உட்கார்ந்திருந்த ஒரு நர்ஸ் அவளுக்கு முன்னால் இருந்த அட்டையில் பார்த்தாள். தொலைபேசி மணி ஒலிக்கவும் அவள் அதை எடுத்தாள். ஆனால் அவளது கண்கள் ஆனையே பார்த்திருந்தன.

"அவன் இறந்துவிட்டான்." மேசைக்கு முன்பாக இருந்த நர்ஸ் சொன்னாள். சீப்பை கையில் பிடித்தபடியே அந்த நர்ஸ் அவளைப் பார்த்தாள் "நீங்க அவர்களுடைய நண்பரா இல்லை உறவுக்காரர்களா என்ன?"

"அவர்களை நேற்று இரவு நான் சந்தித்தேன். என் மகன் இங்கே ஆஸ்பத்திரியில் இருக்கிறான். அவன் அதிர்ச்சியில் இருக்கிறான் என்று நினைக்கிறேன். என்னானது என்று எங்களுக்கு உறுதியாக தெரியவில்லை. பிராங்களின் பற்றி தெரிந்துகொள்ளலாம் என்று கேட்டேன். அவ்வளவுதான். நன்றி" என்றாள் ஆன். வராந்தாவில் நடந்தாள். சுவர்களைப் போலவே நிறம் கொண்டிருந்த மின்தூக்கியின் கதவுகள் திறக்க வெள்ளை கால்சட்டையும் வெள்ளை காலணிகளையும் அணிந்திருந்த மெலிந்த வழுக்கைத் தலையுடனான ஒருவன் மின்தூக்கியிலிருந்து கனத்தவொரு வண்டியை வெளியே இழுத்தான். நேற்றிரவு அவள் இந்தக் கதவுகளை கவனிக்க வில்லை. வராந்தாவில் அந்த வண்டியை இழுத்துச் சென்ற

அவன் மின்தூக்கிக்கு அருகிலிருந்த ஒரு அறையருகே நின்று அங்கிருந்த ஒரு அட்டையில் இருந்ததை படித்தான். பிறகு அவன் குனிந்து வண்டியிலிருந்து ஒரு தட்டை உருவி எடுத்தான். கதவை மெதுவாக தட்டிவிட்டு உள்ளே போனான். வண்டியைத் தாண்டிச் செல்கையில் சூடான உணவின் உவப்பில்லாத மணத்தை அவளால் நுகர முடிந்தது. நர்ஸ்கள் எவரையும் பார்க்காமல் அவள் வேகமாக நடந்து தன் மகனின் அறைக் கதவைத் தள்ளிக்கொண்டு உள்ளே போனாள்.

கைகளை பின்னால் கட்டிக்கொண்டு ஹாவர்ட் ஜன்னலருகே நின்றிருந்தான். அவள் உள்ளே வரும்போது திரும்பினான்.

"எப்படி இருக்கிறான்" என்று கேட்டாள். படுக்கையருகில் சென்றாள். பணப்பையை உடை அலமாரிக்கு அருகில் தரையில் போட்டாள். அவள் சென்று வர வெகு நேரமாகிவிட்டதுபோல உணர்ந்தாள். அவள் குழந்தையின் முகத்தைத் தொட்டாள் *"ஹாவர்ட்?"*

"டாக்டர் பிரான்சிஸ் கொஞ்ச நேரத்துக்கு முன்னாடி இங்கே வந்தார்" என்றான் ஹாவர்ட். அவனை கூர்ந்து பார்த்திருந்த அவளுக்கு அவனுடைய தோள்கள் சற்றே புடைத்திருப்பது போல் தோன்றியது.

"காலையில் எட்டுமணிக்கு முன்னால் வரமாட்டார் என்று நான் நினைத்தேன்" அவசரமாக சொன்னாள் அவள்.

"அவருடன் இன்னொரு டாக்டரும் வந்திருந்தார். நரம்பியல் நிபுணர்."

"நரம்பியல் நிபுணரா?"

ஹாவர்ட் தலையசைத்தான். அவனது தோள்கள் குலுங்குவதை அவளால் பார்க்க முடிந்தது *"ஹாவர்ட், என்ன சொன்னார்கள்? கர்த்தர் பேரால் கேட்கிறேன், என்ன சொன்னார்கள். என்ன விஷயம்?"*

"அவனைக் கீழே கொண்டுபோய் இன்னும் பரிசோதனைகள் செய்யப் போவதாக சொன்னார்கள். அவனுக்கு ஆபரேஷன் செய்யலாம் என்று யோசிக்கிறார்கள். அவன் ஏன் கண் முழிக்கவில்லை என்று அவர்களால் கண்டுபிடிக்க முடிய வில்லை. அதிர்ச்சி, ரத்தக்கட்டுக்கு மேல் ஏதோ ஒன்று என்பது மட்டும் அவர்களுக்கு இப்போது தெரியும். மண்டை யோட்டில் இருக்கும் விரிசலோட சம்பந்தப்பட்டது என்று அவர்கள் நினைக்கிறார்கள். அதனால் ஆபரேஷன் செய்யப் போகிறார்கள். நான் உன்னை கூப்பிடலாம் என்று கூப்பிட்டு பார்த்தேன். ஆனால் நீ அதற்குள் வீட்டைவிட்டு கிளம்பிவிட்டாய் போல."

"கடவுளே, ஹாவர்ட் தயவுசெய்து" என்றபடியே அவனை அணைத்துக்கொண்டாள்.

"இதோ பார்" என்றான் ஹாவர்ட். "ஸ்காட்டியைப் பார் ஆன்" அவளை படுக்கைப் பக்கமாக திருப்பினான்.

பையன் கண்களைத் திறந்தான். பிறகு மூடிக்கொண்டான். மறுபடியும் அவன் இப்போது கண்களைத் திறந்தான். ஒரு நிமிடம்போல அவனுடைய கண்கள் நேராக உற்றுப் பார்த்தன. பிறகு மெல்ல தலை திருப்பி அவனது பார்வை ஹாவர்டின் மீதும் ஆனின் மீதும் நிலைத்தது. பிறகு மறுபடியும் விலகிப் போனது.

"ஸ்காட்டி" அவனுடைய அம்மா படுக்கையருகில் சென்று அழைத்தாள்.

"ஏய் ஸ்காட். மகனே" என்று அவனது தந்தை அழைத்தார்.

அவர்கள் இருவரும் படுக்கையில் குனிந்திருந்தனர். ஹாவர்ட் குழந்தையின் கைகளை எடுத்து மெல்ல தட்டியபடி அழுத்தினான். ஆன் பையனின் மீது குனிந்து அவனுடைய நெற்றியில் மீண்டும் மீண்டும் முத்தமிட்டாள். அவனது முகத்தின் இரண்டு பக்கத்திலும் கைகளை வைத்துக்

கொண்டாள். "ஸ்காட்டி குட்டி செல்லமே இதோ பார். அப்பாவும் அம்மாவும் இருக்கிறோம் பார்" என்றாள்.

பையன் அவர்களைப் பார்த்தான். ஆனால் அவர்களை அடையாளம் கண்டுகொண்டமைக்கான எந்த அறிகுறியும் இல்லை. பிறகு அவனுடைய வாய் திறந்தது. கண்கள் இறுக மூடிக்கொண்டன. பிறகு அவன் அலறினான். நுரையீரலில் காற்று தீரும் மட்டும் அலறினான். அதன் பிறகு அவனுடைய முகம் ஆசுவாசம் கொண்டு அமைதியடைந்தது. அவனுடைய உதடுகள் திறந்துகொள்ள அவனது இறுதி மூச்சு தொண்டை வழியாக திணறலுடன் வெளியேறி கெட்டித்தப் பற்களினூடாக ஓசையின்றி வெளியேறியது.

டாக்டர்கள் அதைப் புலப்படாத ரத்தக்கசிவு என்றும் கோடிக்கு ஒன்றுதான் இப்படி ஆகும் என்றும் சொன்னார்கள். முன்னமே இதைக் கண்டறிந்து உடனடியாக அறுவை சிகிச்சை செய்யப்பட்டிருந்தால் அவனைக் காப்பாற்றியிருக்க முடியும் ஆனால் அதற்கான வாய்ப்புகள் மிகவும் குறைவுதான். எப்படியிருந்தாலும் அவர்கள் எதற்காக காத்திருந்தார்கள்? பரி சோதனைகளிலும் எக்ஸ்ரேக்களிலும் எதுவுமே தெரியவில்லை.

டாக்டர் பிரான்சிஸ் அதிர்ச்சியிலிருந்தார். அவர்களை மருத்துவர்களுக்கான கூடத்துக்கு நடத்திச் செல்கையில் அவர் சொன்னார் "நான் எவ்வளவு வருத்தப்படுகிறேன் என்று என்னால் சொல்ல முடியவில்லை. என்னை மன்னித்துவிடுங்கள். என்னவென்று என்னால் சொல்ல முடியவில்லை." அங்கே ஒரு டாக்டர் இன்னொரு நாற்காலியின் பின்னால் கால்களைக் கோர்த்துக்கொண்டு தொலைக்காட்சியில் அதிகாலை நிகழ்ச்சியொன்றை பார்த்தபடி உட்கார்ந்திருந்தார். பிரசவ அறைக்கான பச்சை உடுப்பை அவர் அணிந்திருந்தார். பச்சை நிறத்தில் கால்சட்டையும் மேல்சட்டையும் தலை மயிரை மூடும்படியான பச்சைத் தொப்பி. ஹாவர்டையும் ஆனையும் பார்த்த அவர் பிறகு டாக்டர் பிரான்சிஸையும் ஏறிட்டார். அவர் எழுந்து தொலைக்காட்சியை அணைத்துவிட்டு

அறையைவிட்டு வெளியேறினார். டாக்டர் பிரான்சிஸையும் ஆனையும் சோபாவில் அமரச் செய்து அவளருகில் உட்கார்ந்து கொண்டு மெதுவான ஆறுதலளிக்கும் குரலில் பேசத் தொடங்கினார். ஒரு கணத்தில் அவர் சாய்ந்து அவளை அணைத்துக்கொண்டார். அவருடைய நெஞ்சு சீராக ஏறி இறங்குவதை அவள் தன் தோளில் உணர்ந்தாள். அவள் கண்களை மூடாது அவர் அணைத்திருக்க விட்டாள். ஹாவர்ட் கழிவறைக்குள் சென்றான். ஆனால் அவன் கதவை திறந்தே வைத்திருந்தான். பயங்கரமாக அழுது முடித்துவிட்டு தண்ணீரை திறந்து முகத்தைக் கழுவினான். பிறகு அவன் வெளியே வந்து டெலிபோன் வைத்திருந்த சிறிய மேசையின் அருகில் உட்கார்ந்தான். முதலில் என்ன செய்ய வேண்டும் என்பதை யோசிப்பவன்போல் அவன் தொலைபேசியை பார்த்துக்கொண்டிருந்தான். சிலரை அழைத்துத் தகவல் சொன்னான். கொஞ்ச நேரத்துக்குப் பிறகு டாக்டர் பிரான்சிஸ் தொலைபேசியை எடுத்தார்.

“இப்போது நான் வேறு ஏதாவது செய்ய வேண்டுமா?” அவர்களைக் கேட்டார்.

ஹாவர்ட் தலையசைத்தான். அவரது சொற்களை புரிந்து கொள்ள முடியாததுபோல் ஆன் டாக்டர் பிரான்சிஸை வெறித்தாள்.

டாக்டர் அவர்களை மருத்துவமனையின் முன்பக்க வாசலுக்கு நடத்திச் சென்றார். ஜனங்கள் மருத்துவமனைக்குள் வருவதும் போவதுமாக இருந்தார்கள். அப்போது மணி காலை பதினொன்று. ஆனுக்கு தான் எவ்வளவு மெதுவாக மிகுந்த தயக்கத்துடன் நடந்து வருகிறோம் என்று தெரிந்திருந்தது. அவர்கள் அங்கே இருக்க வேண்டும் என்று எண்ணியபோது டாக்டர் பிரான்சிஸ் அவர்களை அங்கிருந்து போகக் கட்டாயப்படுத்தினார் என்று அவளுக்குத் தோன்றியது. அந்த நேரத்தில் அவர்கள் அங்கேயே இருந்திருக்கவேண்டும். வாகனங்கள் நிறுத்துமிடத்தை வெறித்திருந்த அவள் திரும்பி மருத்துவமனையின் முகப்பை பார்த்தாள். அவள்

தலையாட்டத் தொடங்கினாள் "இல்லை. முடியாது. அவனை இங்கேயே விட்டுவிட்டுப் போக முடியாது" என்றாள். தொலைக்காட்சி நிகழ்ச்சிகளில் எதிர்பாராத கொடூரமான மரணங்களை எதிர்கொள்ள நேர்கையில் வசனமாக பேசும் சொற்களைப் போன்றே தானும் பேசியது அவளுக்கு நியாயமற்றதென தனக்குத்தானே சொல்லிக் கொள்வதை அவளால் கேட்க முடிந்தது. அவளுக்கு தான் பேசும் வார்த்தைகள் தன்னுடையதாகவே இருக்கவேண்டும் என்று விரும்பினாள். "முடியாது" என்ற அவளுக்கு ஏதோ காரணத்துக்காக தோளுக்குள் தலையை புதைத்துக்கொண்ட அந்த நீக்ரோ பெண்மணியின் நினைவு வந்தது "முடியாது" என்றாள் அவள் மீண்டும்.

"பிறகு நான் பேசுகிறேன்" ஹாவர்டிடம் டாக்டர் சொல்லிக் கொண்டிருந்தார். "செய்ய வேண்டிய காரியங்கள் இன்னும் சில உள்ளன. எங்களுடைய திருப்திக்காக நாங்கள் சில விஷயங்களை தெளிவாக்கிக்கொள்ள வேண்டியுள்ளது."

"பிரேதப் பரிசோதனையா?" ஹாவர்ட் கேட்டான்.

டாக்டர் பிரான்சிஸ் ஆமோதித்தார்.

"எனக்குப் புரிகிறது" என்றான் ஹாவர்ட். பிறகு அவன் சொன்னான் "கர்த்தரே முடியாது. எனக்குப் புரியவில்லை. என்னால முடியாது. நிச்சயமாக முடியாது."

ஹாவர்டின் தோள்களில் டாக்டர் தன் கைகளைப் போட்டுக் கொண்டார். "என்னை மன்னித்து விடுங்கள். கடவுளே, நான் மிகவும் வருத்தப்படுகிறேன்." ஹாவர்டின் தோள்களிலிருந்து கைகளை விலக்கி அவனை நோக்கி நீட்டினார். அவருடைய கையை பார்த்துவிட்டு ஹாவர்ட் பற்றிக்கொண்டான். ஆனின் தோளில் மீண்டும் ஒருமுறை டாக்டர் பிரான்சிஸ் கைகளைப் போட்டுக்கொண்டார். அவள் புரிந்துகொள்ள முடியாத ஏதோ ஒரு மேன்மையை அவர் கொண்டிருந்தது போலிருந்தது. அவரது தோளில் தலை புதைத்துக்கொண்டாள் அவள்.

ஆனால் கண்கள் திறந்திருந்தன. மருத்துவமனையையே பார்த்துக் கொண்டிருந்தாள். வாகன நிறுத்தத்திலிருந்து காரை வெளியே எடுத்தபோதும் அவள் மருத்துவமனையையே திரும்பிப் பார்த்திருந்தாள்.

வீட்டில் அவள் மேல்கோட்டின் பையில் கைகளை நுழைத்தபடி சோபாவில் அமர்ந்திருந்தாள். குழந்தையின் அறைக் கதவை ஹாவர்ட் மூடி வைத்திருந்தான். காபிக்கான இயங்கியை முடுக்கி விட்டுவிட்டு காலி அட்டைப் பெட்டி ஒன்றை எடுத்தான். முன்னறையில் அங்குமிங்குமாக இறைந்து கிடந்த குழந்தையின் சின்னச் சின்ன பொருட்களை பொறுக்க நினைத் திருந்தான். ஆனால் அதற்குப் பதிலாக அவன் சோபாவில் அவளுக்குப் பக்கத்தில் உட்கார்ந்தான். பெட்டியை இன்னொரு பக்கமாக தள்ளி வைத்தான். முழங்காலுக்கு நடுவில் கைகளை இருத்திக்கொண்டு குனிந்து அழத் தொடங்கினான். அவனது தலையை இழுத்து மடியில் போட்டுக்கொண்ட அவள் அவனது தோள்களை தட்டிக் கொடுத்தாள் “அவன் போய்விட்டான்” என்றாள் அவள். தோளைத் தட்டியபடியே இருந்தாள். அவனது விசும்பல்களுக்கு நடுவே சமையலறையில் காபிக்கான இயங்கி விசிலடிப்பதைக் கேட்க முடிந்தது. “இதோ பார் ஹாவர்ட். அவன் போய்விட்டான். போயே போய்விட்டான். இப்போது நாம் அதற்கு நம்மை பழக்கிக் கொள்ள வேண்டும். தனியாக இருக்கப் பழகிக்கொள்ள வேண்டும்” என்றாள் மிக மிருதுவாக.

கொஞ்ச நேரத்தில் ஹாவர்ட் எழுந்து பெட்டியுடன் அறையில் அங்குமிங்குமாக இலக்கின்றி அலைந்தான். பெட்டிக்குள் அவன் எதையும் போடவில்லை. ஆனால் சிலவற்றை சோபாவின் ஒரு முனையில் தரையில் ஒன்று சேர்த்தான். அவள் தொடர்ந்து கோட் பாக்கெட்டில் கைகளைப் போட்டபடி உட்கார்ந்திருந்தாள். ஹாவர்ட் பெட்டியை கீழே போட்டுவிட்டு காபியை முன்னறைக்குக் கொண்டு வந்தான். பின்னர் ஆன் தன்னுடைய உறவினர்களை தொலைபேசியில் அழைத்தாள். ஒவ்வொரு அழைப்பின்

போதும் அழைக்கப்பட்டவர் பதிலளிக்கத் தொடங்கியதும் ஆன் சில வார்த்தைகளை சொல்லிவிட்டு ஒரு நிமிடம் அழுவாள். பிறகு அளவான குரலில் நடந்ததை விவரிப்பாள். ஏற்பாடுகளைக் குறித்து சொல்லுவாள். ஹாவர்ட் பெட்டியை எடுத்துக்கொண்டு கார் நிறுத்துமிடத்துக்குச் சென்றான். அங்கே அவன் குழந்தையின் மிதிவண்டியைக் கண்டான். பெட்டியை கீழே போட்டுவிட்டு மிதிவண்டிக்கு அருகில் நடைபாதையில் உட்கார்ந்துகொண்டான். வசமில்லாத வகையில் அவன் சைக்கிளை எடுத்துக்கொள்ள அது அவனது மார்பில் சாய்ந்திருந்தது. மிதிவண்டியின் ரப்பர் மிதிப்பான் அவன் நெஞ்சில் அழுந்த அவன் அதைப் பிடித்துக்கொண்டான். சக்கரத்தை சுற்றினான்.

ஆன் தன்னுடைய சகோதரியிடம் பேசிவிட்டு தொலைபேசியை வைத்தாள். தொலைபேசி மறுபடி ஒலித்தபோது அவள் இன்னொரு எண்ணைத் தேடிக்கொண்டிருந்தாள். முதல்முறை ஒலித்தபோதே அவள் அதை எடுத்துவிட்டாள்.

“ஹலோ” என்றாள். பின்னணியில் பாடலை முணுமுணுப்பது போன்ற ஒரு ஓசையை கேட்டாள். “ஹலோ” என்றாள். “கடவுளே, யார் நீ? உனக்கு என்ன வேண்டும்?”

“உங்களுடைய ஸ்காட்டி. உங்களுக்காக அவனை நான் தயார் செய்து வைத்திருக்கிறேன். நீங்கள் அவனை மறந்து விட்டீர்களா?” என்று அந்த ஆண் குரல் கேட்டது.

“கேடுகெட்டவனே. இப்பிடி செய்ய எப்படி மனம் வந்தது வேசி மகனே” அவள் ஒலிவாங்கியில் கத்தினாள்.

“ஸ்காட்டி. ஸ்காட்டியப் பற்றி நீங்கள் மறந்துவிட்டீர்களா?” என்றது அந்த ஆண் குரல். பிறகு தொலைபேசி இணைப்பு துண்டிக்கப்பட்டது.

சத்தம் போடுவதைக் கேட்ட ஹாவர்ட் உள்ளே வந்தபோது அவள் மேசையின் மீது தலையைக் கவிழ்த்தபடி அழுது

கொண்டிருப்பதைக் கண்டான். தொலைபேசியை எடுத்து அதன் ஓசையை கவனித்தான்.

வெகு நேரத்துக்கு பிறகு நள்ளிரவுக்கு சற்று முன்பு பல விஷயங்களை அவர்கள் செய்து முடித்த பின்பு தொலைபேசி மீண்டும் ஒலித்தது.

"நீ பேசு" என்றாள். "ஹாவர்ட். இது அவன்தான். எனக்குத் தெரியும்." சமையலறை மேசையில் எதிரில் காபியை வைத்தபடி அவர்கள் அமர்ந்திருந்தார்கள். அவனது கோப்பைக்கு அருகே ஹாவர்ட் ஒரு சிறிய தம்ளரில் விஸ்கியை வைத்திருந்தான். தொலைபேசியின் மூன்றாவது மணியொலிப்பில் அவன் பதிலளித்தான்.

"ஹலோ" என்றான். "யார் நீங்க? ஹலோ ஹலோ" இணைப்பு துண்டிக்கப்பட்டது. "அவன் வைத்துவிட்டான். யாராக இருக்கும்?" ஹாவர்ட் சொன்னான்.

"இது அவன்தான்" என்றாள். "அந்த பாவியை நான் கொல்ல வேண்டும். அவனை சுட்டுப் பொசுக்கி அவன் மாண்டு விழுவதை நான் பார்க்க வேண்டும்."

"என்ன சொல்கிறாய் ஆன்?"

"உன்னால் கேட்க முடிந்ததா? பின்னணியில் ஒரு எந்திரத் துடைய சத்தம். எதுவோ முணுமுணுப்பது போல."

"உண்மையில் ஒன்றும் இல்லை. அதுபோல எதுவும் இல்லை. கேட்பதற்கு அவ்வளவு நேரம் கிடைக்கவில்லை. ஏதாவது ரேடியோ இசையா இருக்கவேண்டும் என்று நினைக்கிறேன். ஆமாம், ரேடியோ பாடிக்கொண்டிருந்தது. அவ்வளவுதான் நான் சொல்ல முடியும். சத்தியமாக என்ன நடக்கிறது என்று எனக்குத் தெரியவில்லை" என்றான்.

அவள் தலையை ஆட்டினாள் "அவன் மட்டும் என் கையில் கிடைத்தானென்றால்..." என்றபோதுதான் அவளுக்கு

நினைவுக்கு வந்தது. அது யார் என்று அவளுக்குத் தெரியும். ஸ்காட்டி, கேக், தொலைபேசி எண். மேசையருகிலிருந்து நாற்காலியை பின்னுக்கிழுத்துக் கொண்டு அவள் எழுந்தாள். "ஹாவர்ட் கடைத் தெருவுக்கு என்னை அழைத்துக்கொண்டு போ" என்றாள்.

"என்ன செய்கிறாய் நீ?"

"கடைத் தெருவுக்கு போகவேண்டும். இப்படி அழைப்பது யார் என்று எனக்கு தெரியும். அது அந்த ரொட்டிக் கடைக்காரன்தான். வேசிமகன். ஹாவர்ட், நான் அவனிடம் ஸ்காட்டியின் பிறந்த நாளுக்கு கேக் செய்து தரச் சொல்லியிருந்தேன். அவன்தான் அழைக்கிறான். அவனிடம்தான் நம்முடைய நம்பர் இருக்கிறது. அழைத்துக் கொண்டே இருக்கிறான். அந்த கேக்கை வைத்துக்கொண்டு நம்மை நச்சரிப்பது அந்த ரொட்டிக்கடைக்காரன்தான்."

வணிக வளாகத்துக்கு காரை ஓட்டிச் சென்றான். வானம் தெளிந்திருக்க நட்சத்திரங்கள் மின்னத் தொடங்கியிருந்தன. குளிராக இருந்தது. காரில் சூடாக்கும் இயந்திரத்தை முடுக்கி இருந்தார்கள். ரொட்டிக்கடைக்கு முன்பாக காரை நிறுத்தினார்கள். எல்லாக் கடைகளும் மூடப்பட்டிருந்தன. ஆனால் சினிமா தியேட்டருக்கு முன்பாக இருந்த வாகன நிறுத்தத்தில் கார்கள் நிறுத்தப்பட்டிருந்தன. ரொட்டிக்கடை ஜன்னல்கள் இருட்டாக இருந்தன. ஆனால் அதன் வழியாக உள்ளே பார்த்தபோது பின்கட்டில் விளக்கெரிவதையும் பணி உடுப்பு அணிந்த ஒரு பருத்த மனிதன் வெண்ணிறமான சீரான வெளிச்சத்தில் இங்கும் அங்குமாக நடப்பதையும் பார்க்க முடிந்தது. கண்ணாடி வழியாக பார்த்தபோது பண்டங்களை பார்வைக்கு வைக்கும் பேழைகளையும் நாற்காலிகளுடன் சிறிய மேசைகளையும் பார்க்க முடிந்தது. அவள் கதவைத் திறக்க முயன்றாள். ஜன்னல் கண்ணாடியைத் தட்டினாள். ஆனால் ரொட்டிக்கடைக்காரன் எந்த பதிலையும் தரவில்லை. அவன் அவர்கள் பக்கமாகவே திரும்பவில்லை.

ரொட்டிக்கடையின் பின்பக்கத்துக்கு காரை ஓட்டிச் சென்று நிறுத்தினார்கள். காரிலிருந்து வெளியே வந்தார்கள். உள்ளே நடப்பதை பார்க்க முடியாத அளவுக்கு உயரத்தில் ஒரு ஜன்னல் விளக்கொளியுடன் இருந்தது. பின்பக்க கதவருகே ஒரு பெயர் பலகை இருந்தது. "த பாண்ட்ரி பேக்கரி - ஸ்பெஷல் ஆர்டர்ஸ்'. உள்ளே ரேடியோ பாடும் சன்னமான ஓசையை அவளால் கேட்க முடிந்தது. ஏதோவொன்று கிரீச்சிடும் சத்தம். கனப்படுப்பின் கதவு இழுபடும் சத்தமா? அவள் கதவைத் தட்டிவிட்டுக் காத்திருந்தாள். பிறகு இன்னும் சத்தமாகத் தட்டினாள். ரேடியோ அணைக்கப்பட்டு இப்போது ஏதோ ஒன்றும் உரசும் சத்தம் கேட்டது. மேசையறையை இழுத்து மூடும் ஓசை.

யாரோ கதவின் தாழ்ப்பாளை நீக்கி திறந்தார்கள். அந்த ரொட்டிக்கடைக்காரன் வெளிச்சத்தில் நின்று அவர்களைப் பார்த்தான். "இன்று வேலை முடிந்துவிட்டது. இந்த நேரத்தில் உங்களுக்கு என்ன வேண்டும்? நடுராத்திரி ஆகிவிட்டதல்லவா. நீங்கள் குடித்திருக்கிறீர்களா என்ன?" என்று கேட்டான்.

திறந்திருந்த கதவின் வழியாக விழுந்த வெளிச்சத்தில் அவள் வந்து நின்றாள். அவளை அடையாளம் தெரிந்துகொண்ட அவன் கனத்த இமைகளை இமைத்தபடியே "நீங்களா?" என்றான்.

"நான்தான் ஸ்காட்டியோட அம்மா. இது ஸ்காட்டியோட அப்பா. நாங்கள் உள்ளே வரலாமா?"

"நான் இப்போது வேலையாக இருக்கிறேன். எனக்கு நிறைய வேலை இருக்கிறது."

அவள் உள்ளே போகும் வழியில் நுழைந்திருந்தாள். ஹாவர்ட் அவளுக்கு பின்னாலேயே வந்தான். ரொட்டிக்கடைக்காரன் பின்னகர்ந்தான் "ரொட்டிக்கடை மாதிரி வாசனை வருகிற தல்லவா ஹாவர்ட்?"

"உங்களுக்கு என்ன வேண்டும்?" ரொட்டிக்கடைக்காரன் கேட்டான். "உங்களுக்கு உங்களுடைய கேக் வேண்டுமா? அப்படித்தான் இருக்க வேண்டும். உங்களுடைய கேக்கை எடுத்துக்கொண்டு போக வேண்டும் என்று நீங்கள் முடிவு செய்துவிட்டீர்கள். நீங்கள் ஒரு கேக் செய்யச் சொல்லி யிருந்தீர்கள் இல்லையா?"

"ரொட்டிக்கடைக்காரராக நீங்கள் ரொம்ப புத்திசாலிதான்" என்றாள். "ஹாவர்ட் இந்த ஆள்தான் போனில் கூப்பிட்டுக் கொண்டே இருந்தவன்." அவள் தன் முஷ்டியை மடக்கிக் கொண்டாள். கடும் சினத்துடன் அவள் அவனை முறைத்தாள். அவளுக்குள்ளாக ஆழத்தில் கொதித்திருந்த சினம் தன்னைவிட அவளை பெரியவளாகவும் அந்த ஆட்கள் இருவரையும்விட பெரியவளாகவும் உணரச் செய்தது.

"ஒரு நிமிடம் பொறுங்கள்" என்றான் ரொட்டிக்கடைக்காரன். "மூன்று நாட்களுக்கு முன்னால் செய்த அந்த கேக்கை நீங்கள் எடுத்துக்கொள்கிறீர்களா? அப்படியா? உங்களுடன் நான் வாதம் செய்ய விரும்பவில்லை. வெளுத்துப்போய் அங்கே கிடக்கிறது பாருங்கள். சொன்ன விலையில் பாதி விலைக்கு அதை கொடுக்கிறேன். உங்களுக்கு வேண்டுமா? வேண்டும் என்றால் எடுத்துக்கொள்ளுங்கள். அதனால் எனக்கும் பயனில்லை. வேறு யாருக்கும் உதவாது. அதைச் செய்வதற்கு எனக்கு நேரமும் காசும் செலவானது. உங்களுக்கு அது வேண்டும் என்றாலும் சரி, வேண்டாம் என்றாலும் சரி. நான் இப்போது என் வேலையைப் பார்க்க வேண்டும்." அவன் அவர்களைப் பார்த்துவிட்டு தன்னுடைய நாக்கை பற்களுக்குப் பின்னால் மடக்கிக்கொண்டான்.

"எனக்கு கேக் வேண்டும்" என்றாள். அவளுக்குள் எகிறிக் கொண்டிருந்த அந்த ஒன்றை அவள் கட்டுப்படுத்திக் கொண்டாள் என்று அவளுக்கு தெரிந்தது. அவள் அமைதியா யிருந்தாள்.

“என்னுடைய பிழைப்புக்காக நான் இங்கே ஒரு நாளைக்கு பதினாறு மணி நேரம் வேலை செய்கிறேன் அம்மா” என்றான் ரொட்டிக்கடைக்காரன். பணியுடுப்பில் தன் கைகளைத் துடைத்துக்கொண்டான். “செலவை சமாளிப்பதற்காக நான் இங்கே ராத்திரி பகலாக வேலை செய்கிறேன்.” ஆனின் முகத்தின் மீது பார்வையை ஓடவிட்டவன் சற்றே பின்னகர்ந்து சொன்னான் “இப்போது ஒன்றும் பிரச்சினையில்லை.” மேசையருகில் சென்று வலது கையால் உருட்டுக்கட்டையை எடுத்து அவனது மற்றொரு உள்ளங்கையில் தட்டலானான். “உங்களுக்கு கேக் வேண்டுமா? இல்லையா? நான் வேலை செய்யவேண்டும். ரொட்டிக்கடைக்காரர்கள் ராத்திரியில்தான் வேலை செய்ய முடியும்” அவன் மறுபடியும் சொன்னான். அவனது கண்கள் மட்டமாக சிறுத்திருந்தன. கன்னத்தின் கொழுத்த சதையில் அவை காணாமல் போயிருக்க வேண்டும் என்று அவள் எண்ணினாள். அவனது கழுத்து கொழுப்படர்ந்திருந்தது.

“ரொட்டிக்கடைக்காரர்கள் ராத்திரியில் வேலை செய்வார்கள் என்று எனக்குத் தெரியும். ராத்திரியில்தான் அவர்கள் போன் செய்வார்கள் என்றும் தெரியும் தேவிடியாமவனே.”

ரொட்டிக்கடைக்காரன் உருட்டுக்கட்டையை உள்ளங்கையில் தொடர்ந்து தட்டிக்கொண்டேயிருந்தான். ஹாவர்டை பார்த்து அவன் சொன்னான் “எச்சரிக்கை... பார்த்து...”

“என் மகன் செத்துப் போய்விட்டான்” உணர்ச்சியற்ற சீரான குரலில் சொன்னாள். “திங்கட்கிழமை காலையில் ஒரு கார் மோதிவிட்டது. அவன் செத்துப் போகிற வரைக்கும் நாங்கள் அவன் பக்கத்திலேயே உட்கார்ந்திருந்தோம். ஆனால் அது உனக்கு தெரிந்திருக்கும் என்று நாங்கள் எதிர்பார்க்க முடியாதுதான். ரொட்டிக்கடைக்காரர்கள் எல்லாவற்றையும் தெரிந்துகொள்ள முடியுமா? ஆனால் அவன் செத்துப்போனான். அவன் செத்துப் போய்விட்டான் வேசி மகன்.” அவளுக்குள்ளிருந்து மிகுந்த ஆவேசத்துடன்

வெளிப்பட்ட கோபம் திசைமாறி குமட்டலெடுப்பது போன்ற உணர்வுக்கு இடம் கொடுத்தது. மாவு இறைக்கப்பட்டிருந்த மரத்தாலான மேசையின் மீது சரிந்த அவள் முகத்தை கைகளால் மூடியபடி அழத்தொடங்கினாள். அவளுடைய தோள்கள் குலுங்கின "இது கொஞ்சம்கூட நியாயமில்லை" என்றாள்.

ஹாவர்ட் அவளுடைய இடுப்பின் பின்பகுதியில் கை வைத்தபடி ரொட்டிக்கடைக்காரனைப் பார்த்தான் "உன்னை நினைத்தால் அருவருப்பாக உள்ளது" என்றான்.

ரொட்டிக்கடைக்காரன் உருட்டுக்கட்டையை மேசையின் மீது போட்டான். சமையல் உடுப்பைக் கழற்றி மேசையின் மீது எறிந்தான். அவர்களைப் பார்த்த அவன் பிறகு மெல்ல தலையாட்டினான். தாட்களையும் ரசீதுகளையும் கூட்டல் இயந்திரத்தையும் தொலைபேசி புத்தகத்தையும் தாங்கியிருந்த மேசையின் கீழிருந்து ஒரு நாற்காலியை இழுத்துப் போட்டான். "தயவுசெய்து உட்காருங்கள்" என்றான். "உங்களுக்கும் ஒரு நாற்காலி தருகிறேன்" என்றான். ஹாவர்டிடம் "இப்போது உட்காருங்கள் தயவுசெய்து." கடையின் முன்பகுதிக்கு சென்ற ரொட்டிக்கடைக்காரன் இரண்டு சிறிய இரும்பு நாற்காலிகளைக் கொண்டு வந்தான். "உட்காருங்கள்."

ஆன் கண்களைத் துடைத்துக்கொண்டு ரொட்டிக்கடைக் காரனை பார்த்தாள் "உன்னை நான் கொல்ல வேண்டும் என்று நினைத்தேன். நீ சாகவேண்டும் என்று நினைத்தேன் நான்" என்றாள்.

அவர்களுக்காக ரொட்டிக்கடைக்காரன் மேசையின் ஒரு பகுதியை ஒதுக்கினான். கூட்டல் இயந்திரத்தை காகித அடுக்குகளோடும் ரசீதுகளோடும் ஒருபக்கமாக நகர்த்தி வைத்தான். தொலைபேசி புத்தகத்தை தரையில் போட அது சத்தத்துடன் விழுந்தது. ஹாவர்டும் ஆனும் நாற்காலிகளை மேசைக்கு அருகில் நகர்த்திக்கொண்டு உட்கார்ந்தார்கள். ரொட்டிக்கடைக்காரனும் உட்கார்ந்தான்.

"எனக்கு மிகவும் வருத்தமாக உள்ளது" முழங்கைகளை மேசையின் மேல் வைத்துக்கொண்டே ரொட்டிக்கடைக்காரன் சொன்னான். "நான் எத்தனை வருத்தப்படுகிறேன் என்று அந்தக் கடவுளுக்குத்தான் தெரியும். நான் சொல்வதை கேளுங்கள். நான் ஒரு சாதாரண ரொட்டிக்கடைக்காரன். நான் வேறு பெரிய ஆள் என்று சொல்லிக்கொள்ளவில்லை. ஒரு சமயத்தில் ரொம்ப வருஷங்களுக்கு முன்னால் நான் முழுக்க வேறு ஒரு மனிதனாக இருந்தேன். எனக்கு மறந்துவிட்டது. எனக்கு சரியாகத் தெரியவில்லை. ஆனால் எப்போதோ இருந்திருந்தாலும்கூட இப்பொழுது அப்படியெல்லாம் இல்லை. நான் ஒரு சாதாரண ரொட்டிக்கடைக்காரன். அப்படி சொல்வதனால் நான் செய்த காரியத்துக்கு எனக்கு மன்னிப்பு கிடைக்காது என்று எனக்குத் தெரியும். ஆனால், நான் மிகவும் வருத்தப்படுகிறேன். உங்கள் பிள்ளைக்காக நான் வருத்தப்படுகிறேன். இதில் என் பங்குக்கு நான் செய்ததுக்கும் வேதனைப்படுகிறேன்" என்றான் ரொட்டிக்கடைக்காரன். அவன் மேசையின் மீது தன் கைகளை நீட்டி உள்ளங்கைகள் தெரியும்படியாக புரட்டினான் "எனக்குக் குழந்தைகள் கிடையாது. அதனால் நீங்கள் எப்படி கஷ்டப்படுகிறீர்கள் என்று என்னால் கற்பனைதான் செய்ய முடியும். இப்போது உங்களிடம் என்னால் மன்னிப்பு மட்டும்தான் கேட்க முடியும். உங்களால் முடியும் என்றால் என்னை மன்னித்து விடுங்கள்" என்றான். "நான் கெட்டவன் கிடையாது. எனக்கு அப்படி தோணலை. நீங்கள் போனில் சொன்ன மாதிரி நான் மோசமானவன் இல்லை. அப்படிப்பட்ட சமயத்தில் நான் எப்படி நடந்துகொள்ள வேண்டும் என்று எனக்கு தெரியவில்லை என்பதை நீங்கள் புரிந்துகொள்ள வேண்டும். தயவுசெய்து" என்றான் அவன். "உங்கள் மனதில் என்னை மன்னிக்க தோன்றுகிறதா என்று நான் உங்களை கேட்க விரும்புகிறேன்."

ரொட்டிக்கடைக்குள் புழுக்கமாக இருந்தது. ஹாவர்ட் மேசையிலிருந்து எழுந்து தனது மேல்கோட்டை கழற்றினான். ஆனும் கோட்டை கழற்ற உதவினான். ரொட்டிக்கடைக்காரன்

இருவரையும் ஒரு நிமிடம் பார்த்தான். தலையசைத்துவிட்டு மேசையிலிருந்து எழுந்தான். அவன் கனப்படுப்பருகே சென்று சில விசைகளை அணைத்தான். கோப்பைகளை எடுத்து ஒரு மின் அடுப்பிலிருந்து காபியை ஊற்றினான். மேசையின் மேல் பாலாடை கட்டியையும் ஒரு கோப்பையில் சர்க்கரையும் வைத்தான்.

"நீங்கள் ஏதாவது சாப்பிடவேண்டும்" என்றான். "சூடான சில ரோல்களை நீங்கள் சாப்பிடலாம் என்று நினைக்கிறேன். சாப்பிட்டுவிட்டு தெம்பாக இருக்கலாம். இது மாதிரி நேரங்களில் சாப்பிடுவது என்பது ஒரு சின்ன நல்ல காரியம்" என்றான்.

கனப்படுப்பிலிருந்து அப்போதுதான் வெளியிலெடுக்கப்பட்ட சூடான இலவங்கப்பட்டை ரோல்களை பரிமாறினான். பூசப்பட்டிருந்த கிரீம் இன்னும் இளகியே இருந்தது. மேசையில் வெண்ணையையும் அதை தடவுவதற்கான கத்தியையும் வைத்தான். பின்னர் அவன் அவர்களோடு உட்கார்ந்து கொண்டான். அவன் காத்திருந்தான். தட்டிலிருந்து ஆளுக் கொரு ரோல்களை அவர்கள் எடுத்து சாப்பிடும்வரை அவன் காத்திருந்தான். "ஏதாவது சாப்பிடுவது என்பது நல்லது" என்றான். அவர்களை கவனித்தபடியே "இன்னும் உள்ளது. நீங்கள் சாப்பிடுங்கள். தேவையான அளவு சாப்பிடுங்கள். உலகத்தில் கிடைக்கற எல்லா வகை ரோல்களுமே இங்கு உண்டு."

அவர்கள் ரோல்களை தின்றுவிட்டு காபியை அருந் தினார்கள். ஆனுக்கு திடீரென்று பசியெடுத்திருந்தது. ரோல்களும் சூடாகவும் ருசியாகவும் இருந்தன. அவள் மூன்று ரோல்களை தின்றது ரொட்டிக்கடைக்காரனுக்கு திருப்தியாக இருந்தது. பிறகு அவன் பேசத் தொடங்கினான். அவர்கள் கவனமாக கேட்டார்கள். அவர்களுக்கு களைப்பாகவும் மனவேதனையுடனும் இருந்தபோதும் ரொட்டிக்கடைக்காரன் சொன்னதை கவனித்திருந்தார்கள்.

தனிமையைக் குறித்தும் அவனுக்கு அவனது நடுத்தர வயதில் தோன்றும் சந்தேகங்களையும் போதாமைகளையும் குறித்து சொன்னபோது அவர்கள் ஆமோதித்தார்கள். காலம் முழுக்க குழந்தையில்லாதிருப்பது என்பது எப்படிப்பட்டது என்று அவன் சொன்னான். கனப்படுப்புகளை முடிவில்லாது நிறைத்து பின் முடிவில்லாது காலி செய்வது என்று திரும்பத் திரும்ப செய்வதென்பது எப்படிப்பட்டது என்றும் சொன்னான். விசேஷங்களுக்கான பதார்த்தங்கள் குறித்தும் அவன் சமைத்த கொண்டாட்டங்களைக் குறித்தும் சொன்னான். கேக்கில் மாட்டிக்கொண்ட குட்டியான தம்பதி களைக் குறித்து சொன்னான். நூற்றுக்கணக்கில் இல்லை இப்போது ஆயிரக்கணக்கில் பிறந்தநாட்கள் அத்தனை மெழுகுவர்த்திகளும் எரிவதை கற்பனை செய்து பாருங்கள் தேவையான ஒரு வியாபாரம் அவனிடம் உள்ளது அவன் ஒரு ரொட்டிக்கடைக்காரன் அவன் ஒரு பூக்கடைக்காரனாக இல்லாதிருந்ததை எண்ணி அவன் மகிழ்ந்தான். ஜனங்களுக்கு சாப்பிடத் தருவது திருப்தியானது. எந்த சமயத்திலும் பூக்களைவிட இது மேலான வாசனைதான்.

"இதை முகர்ந்து பாருங்கள்" கறுத்த ஒரு ரொட்டியைப் பிளந்தபடி ரொட்டிக்கடைக்காரன் சொன்னான்.

"இது கனத்த ரொட்டி. ஆனால் சத்தானது" அவர்கள் அதை முகர்ந்து பார்த்தனர். அதை அவர்கள் சுவைத்துப் பார்க்குமாறு செய்தான். வெல்லப்பாகு மற்றும் தானியங்களின் சுவையைக்கொண்டிருந்தது அது. அவர்கள் அவன் சொன்னதை கவனித்திருந்தார்கள். அவர்களால் முடிந்ததை சாப்பிட்டார்கள். கறுத்த ரொட்டியை விழுங்கினார்கள். பிரகாசமான விளக்கொளியில் அது பகல் போலிருந்தது. விடிந்தபோதும்கூட ஜன்னல்களில் பிரகாசமான வெளிச்சம் விழுந்தபோதும்கூட அவர்கள் பேசிக்கொண்டே இருந்தார்கள் அங்கிருந்து போவதைப் பற்றிய எண்ணமேயில்லாமல்.

3
எங்கிருந்து அழைக்கிறேன் நான்?

பிராங்க் மார்டினின் குடிமறதி விடுதியின் முகப்பு வராந்தாவில் நாங்கள் இருந்தோம். பிராங்க் மார்டினில் இருந்த எங்களைப் போலவே ஜே.பியும் முதன்மையான ஒரு குடிகாரன். அவன் புகைப்போக்கி துப்புரவாளனும் கூட. இப்போதுதான் அவன் இங்கு முதன்முறையாக வந்திருக்கிறான். எனவே பயந்துபோயிருக்கிறான். நான் முன்பே ஒருமுறை இங்கு வந்திருக்கிறேன். சொல்வதற்கு என்ன? மறுபடியும் வந்திருக்கிறேன். ஜே.பியின் அசல் பெயர் ஜோ பென்னி. ஆனால் நான் அவனை ஜே.பி என்றே அழைக்கவேண்டும் என அவன் சொல்லிவிட்டான். அவனுக்கு வயது முப்பது இருக்கும். என்னைவிட இளையவன். அவ்வளவு இளையவனில்லை என்றாலும். கொஞ்சம் சின்னவன். அவன் இந்தத் தொழிலுக்கு எப்படி வந்தான் என்பதைப் பற்றி என்னிடம் சொல்லிக்கொண்டிருந்தான். பேசும்போது அவன் கைகளை ஆட்டியபடியே பேச விரும்பினான். ஆனால், அவனுடைய கைகள் நடுங்கின. அதாவது அவை உறுதியாக நிற்கவில்லை. "முன்பு எனக்கு இப்படி ஆனதேயில்லை" என்றான். அவன் நடுக்கத்தைப் பற்றி சொன்னான். அதற்காக நான் வருந்துகிறேன் என்று அவனிடம் சொன்னேன். நடுக்கம் குறைந்துவிடும் என்றேன். அவை குறையும். ஆனால் நாளாகும்.

சில நாட்களாகத்தான் நாங்கள் இங்கே இருக்கிறோம். இன்னும் நாங்கள் மனக் கலக்கத்திலிருந்து விடுபட்டிருக்கவில்லை. ஜே.பிக்கு நடுக்கம் இருக்கிறது. எனக்கு அவ்வப்போது தோளில் ஒரு நரம்பு. அது நரம்பாகவும் இருக்கலாம் அல்லது வேறு ஏதாவதாகவும் இருக்கலாம். துடிக்கத் தொடங்குகிறது. சில வேளைகளில் அது என் கழுத்தின் பக்கவாட்டில் துடிக்கிறது. அவ்வாறு நேரும்போது என் வாய் உலர்ந்து விடுகிறது. அந்த நேரத்தில் எதையாவது விழுங்குவதற்கு சிரமமாக இருக்கும். என்னவோ நடக்கப் போகிறது என்று எனக்குத் தெரியும். அதை பொருட்படுத்தலாகாது என விரும்பினேன். அதிலிருந்து நான் தப்பித்திருக்க விரும்பினேன். அவ்வாறிருக்கவே நினைத்தேன். கண்களை மூடிக்கொண்டு அது கடந்துபோகக் காத்திருந்தேன். அது அடுத்தவனை போய்ச் சேரட்டும். ஜே.பி கொஞ்ச நேரம் காத்திருக்கலாம்.

நேற்றுக் காலையில் வலிப்பு நோயாளி ஒருவனைப் பார்த்தேன். அவனை டைனி என்றழைத்தனர். குண்டாக இருந்த அவன் சாண்டா ரோசாவைச் சேர்ந்த ஒரு மின்சார பணியாளன். கிட்டத்தட்ட இரண்டு வாரங்களாக அவன் இங்கே இருக்கிறான் என்றும் அவன் இப்போது சோர்விலிருந்து மீண்டுவிட்டான் என்றும் சொன்னார்கள். ஓரிரண்டு நாட்களில் அவன் வீடு திரும்பிவிடுவான். புத்தாண்டு தினத்தை அவன் தன் மனைவியுடன் தொலைக்காட்சி நிகழ்ச்சிகளை பார்த்தபடி கழித்திருப்பான். அன்றைய தினம் அவன் சூடான சாக்லேட் பானத்தை அருந்தவும் பிஸ்கட்களை தின்னவும் திட்டமிட்டிருந்தான். நேற்று காலை அவன் காலை உணவுக்காக வந்தபோது நன்றாகத்தான் இருந்தான். வாத்துகளை எப்படி கூப்பிடுவான் என்று அவன் ஒருவனிடம் செய்துகாட்டியவனாய் வாயில் சத்தமெழுப்பிக்கொண்டிருந்தான் அவன். "பிளாம் பிளாம்" என்றான் டைனி. டைனியின் ஈரமாயிருந்த தலைமயிர் தலையின் இரண்டு பக்கங்களிலும் படிய வாரப் பட்டிருந்தது. அப்போதுதான் குளித்துவிட்டு வந்திருந்தான். சவரம் செய்யும்போது தாடையில் வெட்டிக்கொண்ட காயம் இருந்தது. அதனால் என்ன? பிராங்க் மார்டினில் உள்ள

எல்லோருடைய முகத்திலும் வெட்டுக் காயம் இருப்பது போலத்தான் அவனுக்கும் உள்ளது. அப்படி நடக்கத்தான் செய்கிறது. மேசையின் முனையில் சரிந்துகொண்டு டைனி தன்னுடைய குடிவெறியாட்டம் ஒன்றைப் பற்றி சொல்லத் தொடங்கியிருந்தான். மேசையிலிருந்தவர்கள் தங்களுக்கான முட்டைகளை அள்ளித் தின்றபடியே சிரித்துத் தலையாட்டிக்கொண்டிருந்தார்கள். டைனி ஏதாவது ஒன்றை சொல்லிவிட்டு முகத்தை சுருக்குவான். தான் சொன்னதை ஆமோதிக்கிறார்களா என்று பார்ப்பதைப் போல எல்லோரையும் பார்ப்பான். நாம் அனைவருமே ஏதாவது ஒரு காரியத்தை மோசமாகவும் பைத்தியக்காரத்தனமாகவும் செய்திருப்போம். நிச்சயமாக. அதனால்தான் நாம் சிரிக்கிறோம். டைனியின் தட்டில் முட்டைப் பொரியலும். தேனும். பிஸ்கட்களும் இருந்தன. நான் அங்கே உட்கார்ந்திருந்தபோதும் எனக்கு பசியிருக்கவில்லை. கொஞ்சம் காபியை மட்டும் குடித்துக்கொண்டிருந்தேன். திடீரென்று டைனி அங்கிருந்து காணாமல் போயிருந்தான். பெருத்த சத்தத்துடன் அவன் நாற்காலியோடு பின்னால் சரிந்து விழுந்திருந்தான். அவனது கண்கள் மூடியிருக்க தரையில் விழுந்திருந்த அவனுடைய குதிகால்கள் தரையில் அடித்துக்கொண்டிருந்தன. எல்லோரும் பிராங்க் மார்டினை கூவி அழைத்தார்கள். ஆனால் அவர் அதற்குள் அங்கிருந்தார். டைனிக்கு பக்கத்தில் இருவர் தரையில் உட்கார்ந்திருந்தனர். அவர்களில் ஒருவன் டைனியின் வாய்க்குள் தன் விரலை நுழைத்து அவனுடைய நாக்கைப் பிடித்துக்கொள்ள முயன்றான். “எல்லாரும் தள்ளி நில்லுங்க” என்று கத்தினார் பிராங்க் மார்டின். நாங்கள் எல்லோரும் கூட்டமாகக் குனிந்து நின்றபடி டைனியை விட்டு பார்வையை விலக்க முடியாமல் அவனையே பார்த்துக்கொண்டிருப்பதை நான் கவனித்தேன். “அவனுக்கு காத்து வரட்டும். தள்ளுங்க” என்றார் பிராங்க் மார்டின். பிறகு அவர் தன் அலுவலகத்துக்கு விரைந்து சென்று ஆம்புலன்ஸ் வருவதற்கு ஏற்பாடு செய்தார்.

டைனி இன்று மீண்டும் இங்கே வந்திருக்கிறான். பழைய நிலைக்குத் திரும்புவதைப் பற்றி பேசிக்கொண்டிருக்கிறான்.

இன்று காலையில் மருத்துவமனையிலிருந்து அவனை அழைத்து வர பிராங்க் மார்டின் தன்னுடைய வாகனத்தை எடுத்துச் சென்றிருந்தார். தாமதமாக வந்ததால் டைனிக்கு முட்டைகள் கிடைக்கவில்லை. இருப்பினும் கொஞ்சம் காபியை ஊற்றிக்கொண்டு அவன் சாப்பாட்டுக் கூடத்துக்கு வந்து மேசையில் உட்கார்ந்தான். சமையலறையிலிருந்த யாரோ ஒருவர் அவனுக்காக ரொட்டியை வாட்டித் தந்தார். ஆனால் அவன் அதை சாப்பிடவில்லை. காபிக் கோப்பையோடு உட்கார்ந்திருந்த அவன் அதையே பார்த்துக் கொண்டிருந்தான். அவ்வப்போது கோப்பையை முன்னும் பின்னுமாக நகர்த்திக்கொண்டிருந்தான்.

அவ்வாறு நடப்பதற்கு முன்பு அவனுக்கு ஏதும் அறிகுறிகள் தெரிந்தனவா என நான் கேட்க விரும்பினேன். அவனுடைய இதயத் துடிப்பு நின்று துடித்ததா அல்லது வேகம் கூடியதா என்று அறிந்துகொள்ள விரும்பினேன். கண்ணிமைகள் வெட்டியிழுத்ததா? ஆனால் நான் ஒன்றும் கேட்க முயலவில்லை. அதைப் பற்றி பேசவும் அவன் ஆர்வமாயிருப்பதுபோலவும் தெரியவில்லை. ஆனால் டைனிக்கு அன்றைக்கு நடந்தததை நான் ஒருபோதும் மறக்கமாட்டேன். குதிகால்கள் தரையில் அடிக்க வயதுமுதிர்ந்த டைனி தரையில் கிடந்த காட்சி. எனவே. ஒவ்வொரு முறையும் எங்காவது இந்தத் துடிப்பு ஆரம்பிக்கும்போது நான் மூச்சை இழுத்துக்கொண்டு எனக்குப் பின்னால் யாராவது இருக்கிறார்களா? எனது வாய்க்குள் விரலை வைக்க யாராவது இருக்கிறார்களா என்று காத்திருப்பேன்.

முன்பக்க வராந்தாவில் தனது இருக்கையில் உட்கார்ந்திருந்த ஜே.பி கைகளை மடியில் வைத்திருந்தான். சிகரெட் புகைத்த படியிருந்த நான் ஒரு பழைய கரியள்ளும் வாளியை சாம்பல் கிண்ணமாக உபயோகித்திருந்தேன். ஜே பி தன்போக்கில் சொல்லிக்கொண்டிருந்ததை கவனித்துக் கொண்டிருந்தேன். மணி காலை பதினொன்று. மதிய உணவுக்கு இன்னும் ஒன்றரை மணிநேரம் இருக்கிறது. இருவருக்குமே பசிக்கவில்லை.

அதேவேளையில் உணவுக் கூடத்துக்குள்ளே சென்று மேசையில் உட்கார்வதற்கும் சமயம் பார்த்துக்கொண்டிருந்தோம். ஒருவேளை எங்களுக்கு பசியெடுக்கலாம்.

ஜே.பி எதைப் பற்றி சொல்லிக்கொண்டிருந்தான்? தனக்கு பனிரெண்டு வயதாக இருக்கும்போது அவன் வளர்ந்துவந்த பண்ணையருகில் இருந்த ஒரு கிணற்றுக்குள் எப்படி விழுந்தான் என்பதைப் பற்றி சொல்லிக்கொண்டிருந்தான். அவனுடைய அதிர்ஷ்டம். அந்தக் கிணறு வறண்டு போயிருந்தது. “அல்லது துரதிர்ஷ்டவசமாக” என்றான். சுற்றுமுற்றும் பார்த்து தலையாட்டியபடியே. அன்றைக்கு பிற்பகலுக்கு பிறகு அவன் கிணற்றுக்குள் இருப்பதைக் கண்டுபிடித்து அவனுடைய அப்பா கயிறு வழியாக அவனை எவ்வாறு மேலே கொண்டுவந்தார் என்பதைப் பற்றி சொன்னான். கிணற்றுக்குள் ஜே.பி மூத்திரம் போயிருந்தான். கிணற்றுக்குள் அவன் எல்லாவிதத்திலும் பயந்துபோய் உதவிக்காக குரலெடுத்து கத்திக் காத்திருந்து மறுபடியும் குரலெழுப்பி நொந்துபோயிருந்தான். எல்லாம் நடந்து முடிவதற்கு முன்பாகவே கத்திக் கத்தி அவன் தொண்டை கட்டிப் போயிருந்தது. கிணற்றின் ஆழத்தில் இருந்தது அவனுக்குள் மறக்க முடியாத ஒன்றாக அவனுக்குள் உறைந்துபோயிற்று என்று என்னிடம் சொன்னான். ஆழத்தில் அங்கே அவன் உட்கார்ந்து மேலே கிணற்றின் வாயை பார்த் திருக்கிறான். மேலே வெகு உயரத்தில் வட்டமாக வானத்தை காண முடிந்திருக்கிறது. அவ்வப்போது வெண் மேகங்கள் கடந்து போயின. பறவைக்கூட்டங்கள் கடந்து போயுள்ளன. அவைகளின் சிறகசைப்பே இதுபோன்றவொரு வினோதமான கொந்தளிப்பை ஏற்படுத்தியிருக்கவேண்டும் என்று ஜே.பிக்கு தோன்றியிருக்கிறது. பிறவற்றையும் அவன் கேட்டிருக்கிறான். அவனுக்கு மேலாக கிணற்றுக்குள் சன்னமாக உரசல்களைக் கேட்டபோது என்னவாவது தன் தலையில் வந்து விழப் போகிறது என்று அவன் அஞ்சினான். பூச்சிகளைப் பற்றியும் அவன் யோசித்தான். மேலே கிணற்றின் வாயில் காற்று வீசியடித்த ஓசையும் அவனுக்குள் பதிந்துபோயிருந்தது. சுருக்கமாக சொல்லப்போனால் கிணற்றின் அடியாழத்தில்

அவனது வாழ்க்கையே வேறுமாதிரியாகியிருந்தது. ஆனால் எதுவும் அவன் மீது விழவில்லை. அந்த சிறு நீல வளையத்தை எதுவும் மூடிவிடவுமில்லை. அதன்பிறகு அவனுடைய அப்பா நீளமான கயிற்றைக் கொண்டு வந்தார். ஜே.பி தான் எப்போதுமே வாழ்ந்திருந்த இந்த உலகத்திற்கு திரும்ப பிறகு வெகு நேரமாகிவிடவில்லை.

"சொல்லு ஜே.பி. பிறகு என்னாயிற்று" என்றேன்.

அப்போது அவனுக்கு பதினெட்டு அல்லது பத்தொன்பது வயதிருக்கும். உயர்நிலைப்பள்ளி படிப்பு முடிந்திருந்தது. அதன்பிறகு வாழ்க்கையில் அவனுக்கு செய்வதற்கு ஒன்றும் இருக்கவில்லை. நகரத்தில் இருக்கும் தன் நண்பனைப் பார்க்க சென்றிருந்தான். அந்த நண்பன் கனப்படுப்புடன் கூடிய வீட்டில் வசித்தான். ஜே.பியும் அவனுடைய நண்பனும் கனப்படுப்பின் அருகில் அமர்ந்து நெருப்பை விசிறியபடியே பீர் குடித்துக்கொண்டிருந்தார்கள். இசைத்தட்டை ஓட விட்டிருந்தார்கள். அப்போது அழைப்பு மணி ஒலித்தது. நண்பன் கதவைத் திறந்தான். புகைப்போக்கியை துப்புரவு செய்யும் அந்த இளம்பெண் அதற்கான கருவிகளோடு வந்திருந்தாள். அவள் தலையில் அணிந்திருந்த தொப்பியைப் பார்த்ததுமே ஜே.பிக்கு பரவசமாக இருந்தது. கனப்படுப்பை சுத்தம் செய்யச் சொல்லி அழைத்திருப்பதாக அவள் ஜே.பியின் நண்பனிடம் சொன்னாள். நண்பன் அவளை உள்ளே அனுமதித்து சிரம் தாழ்த்தினான். அந்த இளம்பெண் அவனைப் பொருட்படுத்தவில்லை. கனப்படுப்பின் மீது ஒரு துணியை விரித்து கருவிகளை அடுக்கினாள். அவள் கருப்பு நிறத்தில் சட்டையும் பேண்டும் காலுறையும் ஷூவும் அணிந்திருந்தாள். இப்போது அவள் தொப்பியை கழற்றியிருந்தாள். அவளை பார்க்கையில் பைத்தியம் பிடிப்பது போலிருந்தது என்றான் ஜே.பி. ஜே.பியும் அவனது நண்பனும் இசை கேட்டபடி பியர் குடித்துக்கொண்டிருக்கையில் அவள் தன் வேலையில் ஈடுபட்டிருந்தாள். புகைப்போக்கியை துப்புரவாக்கிக் கொண்டிருந்தாள். ஆனால் அவர்கள் அவள் என்ன செய்கிறாள்

என்பதை கவனித்தபடியிருந்தார்கள். அவ்வப்போது ஜே.பியும் அவனது நண்பனும் ஒருவருக்கொருவர் பார்த்துக்கொண்டனர். முறுவலித்தனர் அல்லது கண் சிமிட்டினர். அவளது மேல்பாதி உடல் புகைப்போக்கிக்குள் மறைந்த வேளையில் அவர்கள் புருவம் உயர்த்தினர். அவள் பார்ப்பதற்கு லட்சணமாகவே இருந்தாள் என்றான் ஜே.பி. அவளுக்கு அவனுடைய வயதுதான் இருக்கும்.

அவள் தன் வேலை முடிந்தவுடன் கருவிகள் அனைத்தையும் துணியில் சுற்றியெடுத்துக் கொண்டாள். ஜே.பியின் நண்பனிட மிருந்து அவனுடைய பெற்றோர் அவளது பெயருக்கு எழுதி வைத்திருந்த காசோலையை பெற்றுக்கொண்டாள். பிறகு அவள் அந்த நண்பனிடம் அவளை அவன் முத்தமிட விரும்புகிறானா என்று கேட்டாள். "அதிர்ஷ்டத்தைக் கொண்டு வரும் அது" என்றாள். அது ஜே.பிக்கு கொண்டு வரவும் செய்தது. அவனுடைய நண்பன் திருதிருவென முழித்தான். இன்னும் கோமாளிபோல தோற்றமளித்தான். பிறகு வெட்கத்தோடு அவன் அவளது கன்னத்தில் முத்தமிட்டான். அந்த ஒரு கணத்தில் ஜே.பி ஏதோவொன்றை தீர்மானித்திருந்தான். தன்னுடைய பியரை அவன் கீழே வைத்துவிட்டு. சோபா விலிருந்து எழுந்தான். அவள் கதவைத்தாண்டி வெளியே செல்ல முனையும்போது அவளைக் குறுக்கிட்டான்.

"நானும்" என்றான் ஜே.பி அவளிடம். அவள் அவன் மீது பார்வையை ஓடவிட்டாள். தனது இதயம் துடிப்பதை அவனால் உணரமுடிந்தது அப்போது என்று ஜே.பி சொன்னான். அந்த இளம் பெண்ணின் பெயர் ராக்ஸியென்று தெரியவந்தது.

"நிச்சயமாக" என்றாள் ராக்ஸி. "ஏன் இல்லாமல்? என்னிடம் கூடுதலான முத்தங்கள் இருக்கிறது" என்றாள். அவள் கச்சிதமாக ஒரு முத்தத்தை அவனது உதடுகளில் பதித்துவிட்டு செல்வதற்காகத் திரும்பினாள்.

அதுபோலவே கண்ணிமைக்கும் நேரத்தில் ஜே.பி அவளை பின்தொடர்ந்து முன்வராந்தாவுக்குச் சென்றான். வராந்தாவின்

திரைச் சீலைக் கதவை அவளுக்காக அவன் திறந்துவைத்தான். அவளுடன் படிகளில் இறங்கி அவள் தன்னுடைய வண்டியை நிறுத்தியிருந்த இடத்துக்குச் சென்றான். அவனுடைய கட்டுப்பாட்டில் இல்லாத ஒன்றாக இருந்தது அது. உலகத்தில் வேறு எதுவுமே ஒரு பொருட்டாகத் தெரியவில்லை. கால்களை நடுநடுங்கச் செய்யும் ஒருத்தியை அவன் சந்தித்திருக்கிறான் என்பதை அவன் அறிந்துகொண்டான். அவளது முத்தம் இன்னும் அவன் உதடுகளில் எரிந்துகொண்டிருப்பதை உணர்ந்தான். இன்னும் என்னென்னவோ. அப்போது ஜே.பியால் எதையும் பிரித்தறிந்து கொள்ள முடியவில்லை. அவனை எல்லா திசைகளிலும் சுழற்றியடிக்கும் உணர்ச்சிகளால் அவன் நிறைந்திருந்தான்.

அவளுக்காக வண்டியின் பின்புறக் கதவைத் திறந்துவைத்தபடி நின்றான் அவன். அவள் தனது கருவிகளை உள்ளே வைக்க உதவினான். "நன்றி" என்றாள். பிறகு அவளை மறுபடியும் சந்திக்க விரும்புவதாக உளறிக்கொட்டினான். தன்னுடன் சினிமாவுக்கு எப்போதாவது வரமுடியுமா? என்று கேட்டான். தனது வாழ்வில் இனி என்ன செய்ய வேண்டும் என்பதையும் அப்பொழுது அவன் உணர்ந்துகொண்டான். அவள் செய்வதையே தானும் செய்யவேண்டும். தானும் ஒரு புகைப்போக்கி துப்புரவாளனாக இருக்க வேண்டும் என விரும்பினான். ஆனால் அப்போது அதை அவன் அவளிடம் சொல்லவில்லை.

அவள் தன் இடுப்பில் கைகளை வைத்தபடி அவனை ஏற இறங்கப் பார்த்ததாய் ஜே.பி சொன்னான். பிறகு டிரக்கின் முன் இருக்கையிலிருந்து ஒரு முகவரி அட்டையை எடுத்தாள். அதை அவனிடம் தந்தாள். "இன்றிரவு பத்து மணிக்குப் பிறகு இந்த எண்ணிற்கு கூப்பிடு. பதிலளிக்கும் வசதி அப்போது அணைக்கப்பட்டிருக்கும். நாம் பேசலாம். இப்போது நான் போகவேண்டும்" என்று சொன்னாள் அவள். தொப்பியை தலையில் போட்டுக்கொண்டு அவள் புறப்பட்டாள். அவள் ஜே.பியை இன்னுமொரு முறை பார்த்தாள். பார்த்தது

அவளுக்குப் பிடித்திருக்க வேண்டும். ஏனெனில் இந்த முறை அவள் முறுவலித்தாள். அவளது வாயருகில் கரி படிந்திருக்கிறது என்று சொன்னான் அவன். பிறகு அவள் டிரக்கில் ஏறி. ஹாரனை ஒலிக்கச் செய்துவிட்டு. ஓட்டிச் சென்றாள்.

"பிறகு என்னானது?" என்று கேட்டேன் நான். "இப்பொழுது நிறுத்தாதே ஜே.பி?" எனக்கு ஆவலாக இருந்தது. ஆனால் தான் எப்படி ஒருநாள் குதிரை லாடம் அடிக்கத் தொடங்கினான் என்று அவன் சொல்லிக்கொண்டு போயிருந்தாலும் அதைக் கேட்டுக்கொண்டுதான் இருந்திருப்பேன்.

நேற்றிரவு மழை பெய்திருந்தது. பள்ளத்தாக்குகளில் மலைகளுக்கு முன்னால் மேகங்கள் திரண்டிருந்தன. ஜே.பி தொண்டையை செருமிக்கொண்டு மலைகளையும் மேகங்களையும் நோக்கினான். தாடையை நீவினான். பிறகு சொல்லத் தொடங்கினான்.

ராக்ஸி குறிப்பிட்ட நாட்களில் அவனோடு வெளியே செல்ல ஆரம்பித்தாள். கொஞ்சம் கொஞ்சமாக அவளோடு வேலைக்கு தன்னையும் அழைத்துச் செல்லவேண்டும் என்பதைக் குறித்துப் பேசினான். ஆனால் ராக்ஸி தன்னுடைய அப்பாவுடனும் சகோதரனுடனுமே இந்த வேலையில் ஈடுபட்டிருந்தாள். இருக்கிற வேலை அவர்களுக்கே போதுமானதாக இருந்தது. வேறு யாரும் அவர்களுக்கு தேவையாக இருக்கவில்லை. எல்லாவற்றையும்விட யார் இந்த ஜே.பி? ஜே.பி என்றால் என்ன? ஜாக்கிரதையாக இரு என்று அவர்கள் எச்சரித்தார்கள்.

ஜே.பியும் அவளும் சேர்ந்து சில சினிமாக்கள் பார்த்தார்கள். நடன நிகழ்ச்சிகளுக்கும் சென்றனர். ஆனால் இருவரும் ஒன்றுசேர்ந்து புகைப்போக்கிகளை சுத்தம் செய்வதிலேயே அவர்களது நட்பு மையம் கொண்டிருந்தது. வெகு சீக்கிரத்திலேயே அவர்கள் திருமணம் குறித்து பேசத் தொடங்கியிருந்தனர் என்றான் ஜே.பி. கொஞ்ச நாட்களுக்குப் பிறகு அவ்வாறே நடந்தது. அவர்கள் மணந்துகொண்டனர். ஜே.பியின் புதிய மாமனார்

அவனை முழுமையான பங்குதாரராக ஏற்றுக்கொண்டு விட்டார். ஒரு வருடத்திற்குள்ளாக ராக்ஸிக்கு குழந்தை பிறந்தது. புகைப்போக்கி துப்புரவுத் தொழிலை அவள் விட்டு விட்டாள். சொல்லப்போனால் அவள் வேலை செய்வதையே விட்டுவிட்டாள். மிக விரைவிலேயே அவள் இன்னொரு குழந்தைக்கும் தாயானாள். இப்போது ஜே.பிக்கு வயது இருபதைக் கடந்திருந்தது. அவன் ஒரு வீட்டை வாங்கினான். அவன் தன் வாழ்வில் மகிழ்ச்சியாக இருந்ததாக சொன்னான். "நடந்தவற்றைக் குறித்து நான் மகிழ்ச்சியாகவே இருந்தேன்" என்றான். "நான் விரும்பியதெல்லாம் கிடைத்தது. நான் நேசிக்கிற மனைவி குழந்தைகள். என் வாழ்க்கையில் நான் என்ன செய்ய விரும்பினேனோ அதை செய்து கொண்டிருந்தேன்." ஆனால் ஏதோ ஒரு காரணத்திற்காக. என்ன செய்கிறான் ஏன் செய்கிறான் என்று புரியாமலேயே அவனது குடிப்பழக்கம் வளர்ந்தது. நெடுநாட்கள் வரை அவன் பீர் மட்டுமே குடித்து வந்தான். ஏதாவது ஒரு வகை பீர். எதுவாக இருந்தாலும் சரி. ஒரு நாளில் இருபத்தி நான்கு மணி நேரமும் தன்னால் பீர் குடிக்க முடியும் என்று சொல்வான் அவன். இரவில் தொலைக்காட்சி பார்த்துக்கொண்டிருக்கையில் அவன் பீர் குடிப்பதுண்டு. எப்போதாவது அவன் விஸ்கி. பிராந்தி போன்றவற்றையும் குடித்திருக்கிறான். அதுவும் அடிக்கடி இல்லை. எப்போதாவது அவர்கள் நகரத்துக்கு செல்லும் சந்தர்ப்பங்களிலோ. அல்லது குடிப்பதற்கு நண்பர்கள் யாரும் உடனிருக்கும்போதோதான். பிறகு ஒரு நேரம் வந்தது. ஏனென்று அவனுக்கு தெரியாது. பீர் குடிப்பதிலிருந்து அவன் ஜின்னோ டானிக்கோ குடிக்கத் தொடங்கிவிட்டான். அதுவும் ராத்திரி சாப்பாட்டுக்குப் பிறகு தொலைக்காட்சியை பார்த்தபடி நிறைய ஜின்னையும் டானிக்கையும் குடிப்பான். எப்போதும் அவன் கையில் ஒரு கோப்பையில் ஜின்னும் டானிக்கும் இருக்கும். அதனுடைய ருசி அவனுக்குப் பிடித்திருந்தது என்று அவன் சொன்னான். வேலையை முடித்துவிட்டு வீட்டிற்கு செல்வதற்கு முன்பே குடித்தான். வீட்டிற்கு சென்று மேலும் குடித்தான். பிறகு இராத்திரி சில நாட்கள் சாப்பிடாமல் இருந்தான். வீட்டில்

தலையே காட்டமாட்டான். அப்படியே வீட்டிற்கு வந்தாலும் அவனுக்கு சாப்பிட எதுவும் தேவையிருக்காது. மதுவிடுதியில் நொறுக்குத் தீனியால் வயிற்றை நிரப்பிக்கொண்டிருப்பான். சிலவேளைகளில் கதவைத் திறந்துகொண்டு உள்ளே வந்ததும் காரணமேயில்லாமல் தனது மதிய உணவு கேரியரை கூடத்தில் விசிறி எறிவான். ராக்ஸி திட்டும்போது அவன் மறுபடியும் வெளியில் போய்விடுவான். இப்போது மதியத்துக்கு முன்பே குடிக்கத் தொடங்கினான். அந்த நேரத்தில் அவன் வேலை செய்துகொண்டிருக்கவேண்டும். அப்போதெல்லாம் அவன் காலை நேரத்தையே இரண்டு ரவுண்டு மதுவோடுதான் தொடங்கினான் என்று சொன்னான். பல் துலக்குவதற்கு முன்பே குடித்துவிடுவான். பிறகு காபி குடிப்பான். மதிய உணவு பாத்திரத்தோடு குடுவையில் வோட்காவோடுதான் வேலைக்குச் செல்வான்.

ஜே.பி பேச்சை நிறுத்திவிட்டான். அவன் வெறுமனே வாயை இறுக மூடிக்கொண்டான். என்ன நடக்கிறது? என நான் கவனித்திருந்தேன். ஒருவகையில் நான் என்னை ஆசுவாசப்படுத்திக்கொள்ள உதவிற்று. அது என்னை என்னுடைய சொந்த பிரச்சினையிலிருந்து விலக்கியிருந்தது. சிறிது நேரத்திற்குப் பிறகு "என்னாச்சு ஜே.பி. பேசு". அவன் தாடையை சொரிந்தான். ஆனால் சீக்கிரத்திலேயே அவன் பேசத் தொடங்கினான்.

ஜே.பிக்கும் ராக்ஸிக்கும் உண்மையிலேயே இப்போது சண்டை. உண்மையான சண்டை. ஒருமுறை அவள் விரல் களை மடக்கி அவன் முகத்தில் ஒரு குத்துவிட்டு மூக்கை உடைத்துவிட்டதாக சொன்னான் ஜே.பி. "இதைப் பார். இந்த இடத்தில்" என்று அவன் சொன்னான். மூக்கில் ஒரு தழும்பு இருந்ததைக் காட்டினான். "உடைந்த மூக்கு." அவனும் பதிலுக்குத் திருப்பி தந்துவிட்டான். அப்போது அவளுடைய தோள்பட்டையை உடைத்துவிட்டான் அவன். இன்னொரு சந்தர்ப்பத்தில் அவளுடைய உதடுகளை கிழித்துவிட்டான். குழந்தைகள் இருக்கும்போதே இருவரும்

அடித்துக்கொண்டனர். விஷயம் எல்லை மீறி போய் விட்டது. ஆனால் அவன் குடித்துக்கொண்டேதான் இருந்தான். அவனால் நிறுத்தமுடியவில்லை. அவனை எதுவொன்றினாலும் நிறுத்த முடியவில்லை. ராக்ஸியின் அப்பாவும் சகோதரனும் அவனை கொன்று போட்டுவிடுவதாக மிரட்டியும் பலனில்லை. குழந்தைகளை அழைத்துக்கொண்டு அவள் போய்விடவேண்டும் என்று அவர்கள் ராக்ஸியிடம் அறிவுறுத்தினார்கள். ஆனால் ராக்ஸி அது அவளுடைய பிரச்சினை என்று சொல்லிவிட்டாள். அவளேதான் பிரச்சினையை வரவழைத்தாள் என்பதால் அவளே அதை தீர்த்துக் கொள்வதாகவும் சொல்லிவிட்டாள்.

இப்போது மீண்டும் ஜே.பி அமைதியாகிவிட்டான். தோள் பட்டையை தளர்த்தி நாற்காலியில் சரிந்துகொண்டான். இந்த இடத்திற்கும் மலைகளுக்கும் நடுவிலிருந்த சாலையில் சென்ற காரை கவனித்திருந்தான்.

"மீதியையும் எனக்கு கேட்க வேண்டும் ஜே.பி. நீ சொல்லிக் கொண்டேயிரு" என்றேன்.

"எனக்குத் தெரியவில்லை" என்றான். தோள்களை குலுக்கிக் கொண்டான்.

"பரவாயில்லை" என்றேன். அவன் மேற்கொண்டு சொல்வது பரவாயில்லை என்பதாக நான் சொன்னேன். "சொல்லு ஜே.பி."

பிரச்சினைகளை முடிவுக்குக் கொண்டுவர முயற்சித்த வகையில் ஒன்றாக அவள் ஒரு காதலனைத் தேடிக்கொண்டாள் என்றான் ஜே.பி. வீட்டையும் குழந்தைகளையும் பார்த்துக்கொண்டு அவளுக்கு இதற்கு எங்கிருந்து நேரம் கிடைத்தது என அறிய விரும்பினான் ஜே.பி.

அவனைப் பார்த்து ஆச்சரியப்பட்டேன். அவன் வளர்ந்த ஒரு மனிதன். "அப்படி செய்ய விரும்பினால் உனக்கு நேரம்

கிடைக்கும். நேரத்தை ஏற்படுத்திக்கொள்வாய்” என்றேன் அவனிடம்.

ஜே.பி ஆமோதிப்பவனாய் தலையை ஆட்டினான். “அப்படித்தான் இருக்கவேண்டும்” என்றான்.

எப்படியோ அவனுக்கு அது தெரிந்துவிட்டது. ராக்ஸியின் காதலனைப் பற்றி அறிந்ததும் அவன் ஆத்திரமடைந்தான். ராக்ஸியின் விரலிலிருந்த அவளது திருமண மோதிரத்தை அவன் கழற்றிவிட்டான். அப்படி கழற்றியதும் அதை வெட்டுக்குறடால் துண்டு துண்டாக நறுக்கிப் போட்டான். அருமையான வேடிக்கை. இந்த சந்தர்ப்பத்தில் ஏற்கனவே அவர்களுக்குள் இரண்டொரு முறை சண்டை முடிந்திருந்தது. மறுநாள் காலை அவன் வேலைக்குப் போகும்போது குடித்துவிட்டு வண்டி ஓட்டிய குற்றத்திற்காக கைது செய்யப்பட்டான். அவனது ஓட்டுநர் உரிமம் பறிமுதல் செய்யப்பட்டது. அவனால் இனி வாகனம் ஓட்ட முடியாது. ஏற்கனவே அப்படித்தான் என்றான். ஒரு வாரத்துக்கு முன்னால் கூரையிலிருந்து விழுந்து கட்டைவிரலை ஒடித்துக்கொண்டிருந்தான். அவன் தன் கழுத்தை ஒடித்துக்கொள்வதென்பது சீக்கிரத்திலேயே நடந்துவிட்டிருக்கலாம் என்றான்

குடிப்பழக்கத்தை மறப்பதற்காகவும் தனது வாழ்க்கையை மீண்டும் எவ்வாறு சீர்படுத்துவது என்று யோசிப்பதற்காகவும் அவன் பிராங்க் மார்டினின் விடுதியில் இருக்கிறான். என்னைப் போலவே அவன் இங்கே தன் விருப்பத்திற்கு மாறாக இருக்கவில்லை. நாங்கள் விரும்பினால் எந்த நேரமும் இங்கிருந்து வெளியேறிவிடலாம். ஆனால் குறைந்தபட்சம் ஒரு வாரம் தங்கியிருக்க வேண்டும் என்று அவர்கள் பரிந்துரைக் கிறார்கள். இரண்டு வாரங்கள் அல்லது ஒரு மாதம் தங்கினால் நல்லது என்பதை அவர்கள் ‘வலுவாக பரிந்துரைக்கிறார்கள்.’

நான் முன்பே சொன்னதுபோல. பிராங்க் மார்டினுக்கு நான் வருவது இரண்டாவது முறை. ஒரு வாரம் தங்குவதற்கான காசோலையை முன்னமே செலுத்த முற்பட்டவனாய் நான்

கையெழுத்திட்டபோது பிராங்க் மார்டின் என்னிடம் சொன்னார். "விடுமுறை நாட்கள் எப்போதும் மோசமானவை. இந்த முறை கூடுதலாய் சில நாட்கள் இங்கிருப்பதைப் பற்றி யோசிக்க வேண்டும். சில வாரங்கள் இருக்க முடியுமா என்று யோசி. சில வாரங்கள் இருக்க முடியுமல்லவா? யோசித்து சொல். இப்போதே தீர்மானிக்கவேண்டும் என்று கட்டாயம் இல்லை." அவர் தன் கட்டை விரலால் காசோலையை அழுத்திக்கொள்ள நான் கையெழுத்திட்டேன். பிறகு நான் என் காதலியுடன் முன்புற கதவருகில் சென்று அவளிடம் "போய் விட்டு வா" என்றேன். அவளும் "வருகிறேன்" என்று சொல்லிவிட்டு வாசற்கதவின் நிலையருகே தடுமாறி முற்றத்திற்கு சென்றாள். பின் மதிய நேரம். மழை பெய்து கொண்டிருந்தது. கதவருகிலிருந்து நான் ஜன்னலருகே சென்றேன். திரையை நகர்த்திவிட்டு அவள் வாகனத்தில் செல்வதைப் பார்த்து நின்றேன். அவள் என்னுடைய காரில் சென்றாள். குடித்திருந்தாள். நானும்தான் குடித்திருந்தேன். நான் செய்வதற்கு ஒன்றுமில்லை. ரேடியேட்டருக்கு அருகிலிருந்த பெரிய நாற்காலியில் நான் உட்கார்ந்தேன். தொலைக்காட்சி பார்த்துக்கொண்டிருந்த சிலர் திரும்பி பார்த்தனர். பிறகு மெதுவாக தாங்கள் பார்த்துக்கொண்டிருந்த நிகழ்ச்சியை தொடர்ந்து பார்க்கலாயினர். நான் வெறுமனே உட்கார்ந்திருந்தேன். அவ்வப்போது திரையில் நடப்பதை பார்த்துக்கொண்டிருந்தேன்.

அன்று மதியம் முன்பக்க கதவு பெருத்த சத்தத்துடன் திறந்துகொள்ள. ஜே.பியை அவனுடைய மாமனாரும் மைத்துனனும் தூக்கிக்கொண்டு வந்தார்கள். பிற்பாடு நான் தெரிந்துகொண்டேன். ஜே.பியை அவர்கள் அறையின் குறுக்காக இழுத்துக்கொண்டு வந்தார்கள். வயதான ஆள் ஒரு காசோலையில் கையெழுத்திட்டு பிராங்க் மார்டினிடம் தந்தான். பிறகு அவர்கள் இருவரும் ஜே.பியை மாடிக்கு தூக்கிச் சென்றார்கள். அவனை படுக்க வைத்திருப்பார்கள் என்று நான் ஊகித்தேன். வெகு சீக்கிரத்திலேயே வயதான ஆளும் இன்னொருவனும் கீழே வந்து வாசல்

கதவை நோக்கிப் போனார்கள். எவ்வளவு சீக்கிரம் இந்த இடத்திலிருந்து வெளியேற முடியுமோ அவ்வளவு விரைவாக போய்விட நினைத்தது போலிருந்தது. தங்களது கைகளை கழுவிக்கொள்ளக்கூட அவர்கள் தயாராக இருக்கவில்லை. அவர்களை நான் குறைசொல்ல மாட்டேன். நரகம் இல்லையா. அவர்கள் இடத்தில் நான் இருந்தால் நான் எப்படி நடந்துகொள்வேன் என்று எனக்குத் தெரியவில்லை.

ஒன்றரை நாட்களுக்குப் பிறகு நானும் ஜே.பியும் முன் வராந்தாவில் சந்தித்தோம். கைகுலுக்கிக்கொண்டு அன்றைய வானிலையைக் குறித்து பேசினோம். ஜே.பியிடம் சிகரெட் பெட்டி இருந்தது. நாங்கள் உட்கார்ந்துகொண்டு கால்களை கம்பித் தடுக்குகளின் மீது போட்டுக்கொண்டோம். சாகவாசமாக அங்கே உட்கார்ந்துகொண்டு எங்களுடைய நாய்களைப் பற்றி பேசுவதற்காக தயாரானவர்கள் போல நாற்காலிகளில் நாங்கள் சாய்ந்து உட்கார்ந்திருந்தோம். அப்போதுதான் ஜே.பி இந்தக் கதையை சொல்லத் தொடங்கினான்.

குளிராக இருந்தது. ஆனால் ரொம்பவும் குளிரவில்லை. சற்றே மேகமூட்டமாயிருந்தது. ஒரு தடவை பிராங்க் மார்டின் தன் சுருட்டை குடித்து முடிக்க வெளியில் வந்தார். கழுத்து வரைக்கும் மூடிய ஸ்வெட்டரை அணிந்திருந்தார். பிராங்க் மார்டின் குள்ளமானவர். கனத்த சரீரம் கொண்டவர். நரைத்த சுருள்முடியும் சிறிய தலையும் அவருக்கு. அவருடைய தலை. உடலுக்கு சற்றும் பொருத்தமில்லாத அளவு சிறியதாக இருந்தது அவருடைய தலை. பிராங்க் மார்டின் சுருட்டை வாயில் வைத்துக்கொண்டு மார்பின் குறுக்காக கைகளைக் கட்டிக்கொண்டு நின்றிருந்தார். வாயில் இருந்த சுருட்டை மென்றபடியே அவர் பள்ளத்தாக்கின் குறுக்காக பார்த்துக் கொண்டிருந்தார். வெற்றி உறுதி என அறிந்த குத்துச்சண்டை வீரனைப் போல. அங்கே அவர் நின்றிருந்தார்.

ஜே.பி மீண்டும் மௌனமானான். அதாவது அவன் மூச்சுவிடக் கூட இல்லை. கரியள்ளும் வாளியில் என்னுடைய சிகரெட்டை

சுண்டி எறிந்துவிட்டு. தன்னுடைய நாற்காலியில் மேலும் சரிந்து உட்கார்ந்திருந்த ஜே.பியை தீவிரமாகப் பார்த்தேன். ஜே.பி தனது காலரை மேலிழுத்துக்கொண்டான். என்ன இழவுதான் நடக்கிறது என்று வியந்தேன். பிராங்க் மார்டின் குறுக்கே கட்டியிருந்த கைகளை தளர்த்திக்கொண்டு சுருட்டுப் புகையை ஒரு முறை உள்ளிழுத்தார். வாய் வழியாக புகையை வெளியே விட்டார். பிறகு தன் தாடையை மலைகளை நோக்கி உயர்த்தியபடி சொன்னார் "இந்தப் பள்ளத்தாக்கின் மறுபக்கத்தில் ஜேக் லண்டனுக்கு ஒரு இடம் இருந்தது. நீங்கள் பார்த்துக்கொண்டிருக்கும் பசுமையான அந்த மலைக்குப் பின்னால். ஆனால் மது அவரைக் கொன்றுவிட்டது. அது உங்களுக்கு ஒரு பாடமாக இருக்கட்டும். நம் எவரையும்விட அவர் சிறந்த மனிதர். ஆனாலும் அவராலும்கூட அந்த விஷயத்தைக் கையாள முடியவில்லை." சுருட்டின் எஞ்சிய பகுதியை அவர் பார்த்தார். தீர்ந்துபோயிருந்தது. அதை வாளிக்குள் சுண்டியெறிந்தார். "இங்கே இருக்கும்போது நீங்கள் எதையாவது படிக்க நினைத்தால். அவருடைய 'காட்டின் அழைப்பு' புத்தகத்தைப் படியுங்கள். நான் எந்தப் புத்தகத்தைப் பற்றி சொல்கிறேன் என்று உங்களுக்கு தெரிகிறதல்லவா? நம்மிடம் அது உள்ளது. ஏதேனும் படிக்க விரும்பினால் அதைப் படியுங்கள். பாதி நாயும் மீதி ஓநாயுமாக உள்ள இந்த விலங்கைப் பற்றியதுதான் அது. அதுபோன்ற புத்தகங்களை இனி யாராலும் எழுதமுடியாது. நாம் அந்த நாட்களில் இங்கிருந்திருப்போமானால் ஜேக் லண்டனுக்கு நாம் உதவியிருக்க முடியும். அவர் நம்மை அனுமதித்திருந்தால். நம்முடைய உதவியை அவர் நாடியிருந்தால். காதில் விழுகிறதா? நாங்கள் உங்களுக்கு உதவுவதுபோல. உங்களுக்கு தேவையானால். வேண்டும் என்று நீங்கள் கேட்டால் மட்டுமே. நீங்கள் காது கொடுத்து கேட்டால் மட்டுமே. சொற்பொழிவு முடிந்தது. ஆனால் 'வேண்டுமென்றால்' என்பதை மறந்துவிடாதீர்கள்." அவர் மறுபடியும் சொன்னார். பிறகு அவர் தன் கால்சட்டையை மேலே இழுத்துவிட்டு ஸ்வெட்டரை சரிசெய்து கொண்டார். "நான் உள்ளே போகிறேன். மதிய உணவின்போது பார்க்கலாம்" என்றார்.

"அவர் பக்கத்தில் இருக்கும்போது நான் பூச்சிமாதிரி உணர்கிறேன்" என்றான் ஜே.பி. "என்னை ஒரு பூச்சி போல உணரச் செய்கிறார். நீ மிதித்து நசுக்குகிற ஒன்றாக." ஜே.பி தலையை ஆட்டிக்கொண்டான். பிறகு அவன் சொன்னான். "ஜேக் லண்டன். என்ன ஒரு பெயர்? அதுமாதிரி ஒரு பெயர் எனக்கும் இருந்திருக்கலாம். இப்போது இருக்கும் என்னுடைய பெயருக்கு பதிலாக."

பிராங்க் மார்டின் அந்த 'இருந்தால்' என்பதைப் பற்றி நான் முதன்முறையாக இங்கு வந்தபோது பேசினார். அப்போது என்னுடைய மனைவி என்னை இங்கே அழைத்து வந்திருந்தாள். நாங்கள் இருவரும் ஒன்றாக வாழ்ந்தபோது எல்லாவற்றையும் சரிசெய்ய முனைந்த சமயம் அது. அவள் என்னை இங்கே அழைத்து வந்திருந்தாள். ஒன்று அல்லது இரண்டு மணி நேரம் இங்கிருந்த அவள் பிராங்க் மார்டினிடம் தனியாக உரையாடினாள். பிறகு அவள் போய்விட்டாள். மறுநாள் காலை பிராங்க் மார்டின் என்னிடம் வந்து சொன்னார். "எங்களால் உனக்கு உதவ முடியும். உனக்கு உதவி தேவையானால். நாங்கள் சொல்வதை உன்னால் கேட்க முடியுமானால்." ஆனால் அவர்களால் எனக்கு உதவ முடியுமா இல்லையா என்று எனக்கு தெரியவில்லை. என்னில் ஒரு பகுதி உதவியை நாடியது. ஆனால் அதன் இன்னொரு பகுதியும் இருந்தது. அதுவொரு மிகப் பெரிய 'இருந்தால்'தான்.

முதல் தடவை இங்கிருந்த ஆறு மாதத்திற்கு பிறகு இங்கு என்னை அழைத்து வந்தவள் என் காதலி. அவள் என்னுடைய காரை ஓட்டினாள். காற்றும் மழையுமான நாளில் நாங்கள் வந்தோம். வழி முழுக்க சாம்பெய்ன் குடித்துக்கொண்டே வந்தோம். வாகனத்தை நிறுத்துமிடத்தில் எங்கள் காரை அவள் நிறுத்தியபோது நாங்கள் இருவரும் முழு போதையில் இருந்தோம்.

என்னை இறக்கி விட்ட பிறகு அவள் வீடு திரும்புவதாக திட்டம். அவளுக்கு நிறைய வேலை இருந்தது. அவள் செய்வதற்கு இருந்த ஒன்று மறுநாள் காலை அவள் வேலைக்கு

போகவேண்டும் என்பது. அவள் ஒரு காரியதரிசி. மின்னியல் சாதனங்களை தயாரிக்கும் நிறுவனத்தில் ஓரளவு சுமாரான வேலை. அவளுக்கு வாலிப வயதில் ஒரு வாயாடிப் பையன் வேறு. நகரத்தில் ஒரு விடுதியில் இரவு தங்கியிருந்துவிட்டு பிறகு வீட்டுக்குச் செல்லவேண்டும் என்று நான் விரும்பினேன். ஆனால் அவளுக்கு விடுதியில் அறை கிடைத்ததா இல்லையா என்று எனக்குத் தெரியாது. அன்றைக்கு வாசல் படிகளின் வழியாக பிராங்க் மார்டினின் அலுவலகத்துக்குள் "இங்கே யார் வந்திருக்கிறார்கள் பாருங்கள்" என்று என்னை அழைத்துச் சென்றதற்கு பிறகு அவளிடமிருந்து எந்த தொடர்பும் இல்லை.

ஆனால், அவள் மீதும் நான் பைத்தியமாகவும் இல்லை. என்னை என் மனைவி வீட்டை விட்டு வெளியேற்றிய பிறகு அவளுடன் நான் தங்கிக் கொள்ளலாம் என்று என்னிடம் சொன்னபோது அவளுக்கு தான் எதை அனுமதிக்கிறோம் என்பதைப் பற்றி எந்தவொரு தெளிவுமே இருக்கவில்லை. அவளுக்காக நான் வருந்தினேன். நான் வருந்தியதற்கு காரணம் கிறிஸ்துமசுக்கு முந்திய நாளன்று அவளது மார்புக் காம்பின் திசுவைக் குறித்த பரிசோதனை அறிக்கை வந்திருந்தது. சந்தோஷப்படும்படியான செய்தி இல்லை. வெகு சீக்கிரத்தில் அவள் மருத்துவரிடம் செல்லவேண்டும். நாங்கள் இருவரும் குடிக்கத் தொடங்குவதற்கு அதுமாதிரியான ஒரு செய்தி போதுமான காரணமாக அமைந்தது. எனவே நாங்கள் இருவரும் சேர்ந்து குடித்தோம். கிறிஸ்துமஸ் தினத்தன்றும் நாங்கள் குடித்துக்கொண்டேயிருந்தோம். அவள் சமைக்க பிடிக்கவில்லை என்றதால் சாப்பிடுவதற்கு ஏதேனும் ஒரு உணவு விடுதிக்கு செல்ல வேண்டியிருந்தது. நாங்கள் இருவரும் அவளுடைய வாயாடி வாலிபப் பையனும் பரிசுகளை சிலவற்றை பிரித்துப் பார்த்துவிட்டு அவளுடைய அடுக்கு மாடிக் குடியிருப்புக்கு அருகில் இருந்த இந்த அசைவ உணவகத்துக்கு சென்றோம். எனக்கு பசியிருக்கவில்லை. கொஞ்சம் சூப் குடித்துவிட்டு சூடான ஒரு ரோலைத் தின்றேன். சூப்புடன் ஒரு பாட்டில் வைன் குடித்தேன். அவளும் கொஞ்சம் வைன் குடித்தாள். பிறகு நாங்கள்

'பிளட்டி மேரி' காக்டெய்லைக் குடிக்கத் தொடங்கினோம். அடுத்த இரண்டு நாட்களுக்கு உப்புக் கடலையைத் தவிர நான் வேறெதையுமே சாப்பிடவில்லை. ஆனால் நான் நிறைய போர்பர்ன் விஸ்கி குடித்தேன். இருபத்தியெட்டாம் தேதி காலையில் அவளிடம் நான் சொன்னேன். "செல்லமே நான் இங்கிருந்து போய்விடுவதுதான் நல்லது. நான் திரும்பவும் பிராங்க் மார்டினுக்கு போவதுதான் உத்தமம். மீண்டும் ஒரு தடவை அந்த இடத்தில் இருந்து பார்க்கவேண்டும். நீ என்னை அழைத்துப் போக முடியுமா?"

அன்று மாலையும் இரவும் தன்னால் வீட்டுக்கு வர முடியாது என்றும் இரவு உணவை அவனே சமாளித்துக் கொள்ள வேண்டும் என்றும் அவள் தன் மகனிடம் விளக்கம் சொல்ல முயன்றாள். ஆனால் நாங்கள் வாசலுக்கு செல்லும் நேரத்தில் அந்தப் படுபாவி பையன் எங்களைப் பார்த்து கத்தத் தொடங்கினான். "இதை நீங்கள் காதல் என்று சொல்கிறீர்களா? நீங்க ரெண்டு பேரும் நாசமாக போய்விடுங்கள். நீங்கள் ரெண்டு பேரும் திரும்பி வரவே மாட்டீர்கள். செத்துப் போவீர்கள்" என்று கத்தினான். இந்தப் பையனைப் பற்றி கற்பனை செய்து பாருங்கள்.

நகரத்திலிருந்து வெளியேறுவதற்கு முன்பாக அவளை கடையில் நிறுத்த செய்து மூன்று பாட்டில்கள் சாம்பெய்ன் வாங்கிக்கொண்டேன். பைபர், நல்ல தரமான சரக்கு. பிளாஸ்டிக் தம்ளர்கள் வாங்குவதற்காக இன்னொரு இடத்தில் நிறுத்தினோம். பிறகு கோழி வறுவல் ஒரு டப்பா வாங்கிக் கொண்டோம். புயல்மழைக்கு நடுவே சாம்பெய்ன் குடித்துக் கொண்டு ரேடியோவில் இசையைக் கேட்டுக்கொண்டு நாங்கள் பிராங்க் மார்டின் விடுதிக்குப் புறப்பட்டோம். அவள் காரை ஓட்டினாள். நான் ரேடியோவை திருகிக்கொண்டு சாம்பெய்னை கோப்பைகளில் ஊற்றியபடி இருந்தேன். அந்தப் பயணத்தின்போது நாங்கள் ஒருவிதமான கொண்டாட்டத்தை மேற்கொள்ள முயற்சித்தோம். ஆனால் நாங்கள் இருவரும் வருத்தத்துடனும் இருந்தோம். கோழி வறுவல் இருந்தது. ஆனால் நாங்கள் எதையும் சாப்பிடவில்லை.

அவள் வீட்டுக்கு பத்திரமாகத் திரும்பியிருப்பாள் என்றே நினைக்கிறேன். அவள் திரும்பாமல் போயிருந்தால் எனக்கு தகவல் வந்திருக்கும். ஆனால் அவள் என்னை அழைக்கவில்லை. நானும் அவளை அழைத்துப் பேசவில்லை. தன் உடல்நிலைப் பற்றிய தகவல் ஏதேனும் அவளுக்குத் தெரிந்திருக்கக்கூடும். அதற்குப் பிறகு அவள் அதைப் பற்றி கேள்விப்படாமலும் இருந் திருக்கலாம். தவறாகவும் சொல்லப்பட்டிருக்கக் கூடும். அது வேறு யாரோ ஒருவருடைய பரிசோதனை அறிக்கையாகவும் இருக்கலாம். ஆனால் என்னுடைய கார் அவளிடம் இருக்கிறது. அவளுடைய வீட்டில் என்னுடைய பொருட்களும் உள்ளன. நாங்கள் மறுபடியும் சந்திப்போம் என்று எனக்குத் தெரியும்.

மதியஉணவு நேரத்தில் இங்கே ஒரு பழைய மணியை ஒலிக்கச் செய்வார்கள். நானும் ஜே.பியும் கிழடுகளைப்போல நாற்காலி களிலிருந்து மெதுவாக எழுந்து உள்ளே சென்றோம். முன் வராந்தாவில் குளிரடிக்கவும் தொடங்கியிருந்தது. நாங்கள் பேசிக்கொண்டிருக்கையில் எங்களது சுவாசம் எங்களிடமிருந்து புகையாய் மிதந்து போனது.

புத்தாண்டுக்கு முந்தைய நாள் காலையில் எனது மனைவியிடம் தொலைபேசியில் பேச முயன்றேன். பதில் இல்லை. ஒன்றும் பிரச்சினையில்லை. அது பிரச்சினையாக இருந்தாலும் நான் என்ன செய்ய முடியும்? சில வாரங்களுக்கு முன்னால் தொலைபேசியில் பேசிக்கொண்டபோது ஆளுக்கு ஆள் திட்டிக்கொண்டோம். அவளை நான் கெட்டவார்த்தையில் திட்டினேன். "மூளை கெட்டவன்" என்று சொல்லிவிட்டு போனை வைத்துவிட்டாள்.

ஆனால் இப்போது அவளிடம் பேசவேண்டும் எனக்கு. என்னுடைய பொருட்களுக்கு ஏதாவது ஏற்பாடு செய்ய வேண்டும். அவளுடைய வீட்டிலும் என்னுடைய பொருட்கள் கொஞ்சம் இருந்தன.

இங்கே இருப்பவர்களில் ஒருவன் அடிக்கடி பிரயாணம் செய்பவன். அவன் ஐரோப்பாவுக்கும் மத்திய கிழக்கு

நாடுகளுக்கும் பயணம் செல்வானாம். என்னவோ. அப்படித்தான் அவன் சொன்னான். வியாபாரம் என்றான். குடிப்பழக்கத்தை அவன் கட்டுப்பாட்டுக்குள்தான் வைத்திருக்கிறான் என்றும் தான் ஏன் பிராங்க் மார்டினில் இருக்கிறேன் என்றே தெரியவில்லை என்றும் அவன் சொன்னான். ஆனால் இங்கே எப்படி வந்துசேர்ந்தான் என்பது அவனுக்கு நினைவில்லை. நினைவில்லாததைப் பற்றி சொல்லி அவன் சிரித்தான். "மறதி என்பது யாருக்கும் வரும்"' என்றான். "அது ஒரு விஷயமேயில்லை." அவன் போதையில் இருக்கவில்லை. அவன் சொல்ல இதை நாங்கள் கவனித்துக்கொண்டிருந்தோம். "மறதி என்பது பெரிய விஷயம் என்று சொல்வது கடுமையாக குற்றம் சுமத்துவதாகும்." "அவ்வாறு பேசுவதென்பது ஒரு பெரிய மனிதனின் பெயருக்கு களங்கம் கற்பிப்பதாகும்." ஐஸ் இல்லாமல். விஸ்கியோடு வெறும் தண்ணீரை மட்டும் கலந்துகொண்டால். அவன் ஒருபோதும் 'மறதிக்குள்ளாவதில்லை' அவன் சொன்னதுதான். மறதியாவதுமில்லை. குடிக்கும்போது சேர்க்கும் ஐஸ்கட்டிதான் இதற்கெல்லாம் காரணம். "உனக்கு எகிப்தில் யாரையாவது தெரியுமா?" என்று என்னைக் கேட்டான். "அங்கே எனக்கு சிலரைத் தெரியும்."

புத்தாண்டுக்கு முந்தைய நாள் இரவு சாப்பாட்டுக்கு பிராங்க் மார்டின் இறைச்சியும் வேகவைத்த உருளைக் கிழங்கும் பரிமாறினார். வேகவைக்காத காய்கறிகளும்கூட. எனக்கு நல்ல பசியெடுக்கத் தொடங்கியது. காய்கறிகளை தின்றேன். தட்டிலிருந்த எல்லாவற்றையும் சாப்பிட்டேன். என்னால் இன்னும் சாப்பிட முடியும். டைனியின் தட்டை எட்டிப் பார்த்தேன். அடப்பாவி, அவன் தட்டில் இருந்த எதையுமே தொடக்கூட இல்லை. அவனுக்குப் போட்ட கறித்துண்டு தட்டில் அப்படியே ஆறிக் கிடந்தது. டைனி பழைய டைனியாக இல்லை. பாவிப்பயல். இன்றைக்கு ராத்திரி வீட்டுக்குப் போய்விடலாம் என்று திட்டமிட்டிருந்தான். பாவம், தனக்குப் பிடித்த உடைகளையும் செருப்பையும் அணிந்து கொண்டு மனைவியுடன் கைகோர்த்தபடி தொலைக்காட்சி

பார்க்கவேண்டும் என சொல்லியிருந்தான். இப்போது அவனுக்கு இங்கிருந்து போக பயம். என்னால் புரிந்துகொள்ள முடிகிறது. ஒரு முறை வலிப்பு வந்துவிட்டால் மறுபடியும் அது உனக்கு தொல்லை கொடுக்கும். அவ்வாறு நடந்ததிலிருந்து டைனி தன்னைப் பற்றி எந்த வேடிக்கைகளையும் சொல்லவில்லை. அமைதியாகவே தனக்குள் ஆழ்ந்து போயிருந்தான். கொஞ்ச நேரத்தில் அவனுடைய கறியை எடுத்துக் கொள்ளலாமா என்று நான் கேட்க அவன் தன்னுடைய தட்டை என் பக்கம் நகர்த்தினான்.

டைம் சதுக்கத்தில் புத்தாண்டு பிறக்கும் நேரம் வரையிலும் எங்களை தொலைக்காட்சி நிகழ்ச்சிகளை பார்க்கவிட்டார்கள். எங்களில் சிலர் இன்னும் கண்விழித்திருந்தோம். தொலைக் காட்சியை சுற்றிலும் உட்கார்ந்து திரையில் தெரிந்த கூட்டத்தைப் பார்த்துக்கொண்டிருந்தோம். அப்போதுதான் பிராங்க் மார்டின் தன்னுடைய கேக்குடன் உள்ளே வந்தார். கேக்கை எங்கள் ஒவ்வொருவருக்கும் காட்டினார். அந்தக் கேக்கை அவர் தயாரிக்கவில்லை என்று எனக்குத் தெரியும். அது மோசமான பேக்கரியில் செய்யப்பட்ட ஒன்று. இருந்தாலும் அது கேக். அதுவொரு பெரிய வெள்ளை நிறத்திலான கேக். கேக்கின் மேற்பக்கம் ஊதா வண்ணத்தில் எழுதப்பட்டிருந்தது. 'புத்தாண்டு வாழ்த்துகள். ஒவ்வொரு கணத்தையும் அனுபவித்து வாழ்க' என்று எழுதப்பட்டிருந்தது.

"எனக்கு இந்த கேக் மயிரெல்லாம் வேண்டாம்" என்றான் ஐரோப்பாவிற்கும் மத்திய கிழக்கு நாடுகளுக்கும் பயணம் போனவன். "சாம்பெய்ன் எங்கே?" என்று கேட்டுவிட்டு சிரித்தான்.

நாங்கள் அனைவரும் உணவுக்கூடத்திற்குள் சென்றோம். பிராங்க் மார்டின் கேக் வெட்டினார். நான் ஜே.பியின் அருகில் உட்கார்ந்தேன். ஜே.பி இரண்டு துண்டு கேக்குகளைத் தின்றுவிட்டு கோக் குடித்தான். நான் ஒரு துண்டை தின்றுவிட்டு இன்னொன்றை பிறகு தின்னலாம் என்ற எண்ணத்துடன் கைதுடைக்கும் காகிதத்தில் சுற்றிக்கொண்டேன்.

ஜே.பி சிகரெட்டை பற்ற வைத்துக்கொண்டான். அவனுடைய கைகள் இப்போது நடுங்காமல் இருந்தன. புதுவருடத்தின் முதல் நாளான நாளை காலையில் அவனுடைய மனைவி வருவதாக என்னிடம் சொன்னான்.

"பிரமாதம்" என்றேன். தலையாட்டினேன். விரலில் ஒட்டியிருந்த கிரீமை நக்கிக்கொண்டேன். "ரொம்ப நல்ல சமாச்சாரம் ஜே.பி" என்றேன்.

"உனக்கு அறிமுகப்படுத்துகிறேன்" என்றான்.

"அதற்காக நான் காத்திருக்கிறேன்" என்றேன்.

இரவு வணக்கம் சொல்லிக்கொண்டோம். புத்தாண்டு வாழ்த்துகளைப் பரிமாறிக்கொண்டோம். நிம்மதியாகத் தூங்கவும் விழைந்தோம். என்னுடைய விரல்களைத் துடைத்துக் கொண்டேன். கை குலுக்கினோம்.

நான் மீண்டும் தொலைபேசிக்கு சென்று ஒரு நாணயத்தைப் போட்டு என் மனைவியை அழைத்தேன். இந்த முறையும் யாரும் பதிலளிக்கவில்லை. காதலியிடம் பேசலாம் என்றெண்ணி அவளுடைய எண்ணை சுழற்றும்போதுதான் அவளிடம் பேச வேண்டாம் என்று எனக்குத் தோன்றியது. தொலைக்காட்சியில் நான் பார்த்துக்கொண்டிருந்த அதே நிகழ்ச்சியைத்தான் அவளும் ஒருவேளை தன் வீட்டில் பார்த்துக்கொண்டிருந்திருப்பாள். அப்படியில்லாமலும் இருந்திருக்கலாம். எங்காவது வெளியில் சென்றிருக்கலாம். ஏன் அவள் அப்படி சென்றிருக்கக்கூடாது? என்னவோ அவளிடம் நான் பேச விரும்பவில்லை. அவள் சாதாரணமாகத்தான் இருக்கிறாள் என்று நான் நம்புகிறேன். ஆனால் அவளுக்கு ஏதாவது பிரச்னை என்றால் அதுகுறித்து நான் தெரிந்துகொள்ள விரும்பவில்லை. இப்போது வேண்டாம். எதுவாக இருப்பினும் இன்றிரவு அவளுடன் நான் பேசப் போவதில்லை.

காலையுணவுக்குப் பிறகு நானும் ஜே.பியும் காபியை எடுத்துக் கொண்டு முன்வராந்தாவுக்கு வந்தோம். அவனுடைய

மனைவிக்காக அங்கேதான் காத்திருப்பது என்று திட்டமிட்டிருந்தோம். வானம் தெளிந்திருந்தது. ஆனாலும் நல்ல குளிர் இருந்ததால் ஸ்வெட்டரும் மேற்கோட்டும் அணிந்திருந்தோம்.

"குழந்தைகளை அழைத்து வர வேண்டுமா என்று கேட்டான்" என்றான் ஜே.பி. "குழந்தைகளை வீட்டிலேயே விட்டுவிடச் சொன்னேன் நான். உன்னால் யோசிக்க முடிகிறதா? கடவுளே என்னுடைய குழந்தைகள் இங்கே வரவேண்டாம்."

கரிவாளி ஒன்றை நாங்கள் சாம்பல் கிண்ணமாக உபயோகித்தோம். ஜேக் லண்டன் வழக்கமாக வசித்திருந்த பள்ளத்தாக்குப் பகுதியை நோக்கினோம். இன்னும் கொஞ்சம் காபியை குடித்திருக்கும்போது அந்தக் கார் சாலையிலிருந்துத் திரும்பி வாகனங்கள் நிறுத்துமிடத்தை அடைந்தது.

"அவள்தான்" என்றான் ஜே.பி. தன்னுடைய நாற்காலிக்கு அருகே கோப்பையை வைத்தான். எழுந்து படிகளில் இறங்கி காரை நோக்கிப் போனான்.

பிரேக்கை போட்டு இந்தப் பெண் காரை நிறுத்துவதைப் பார்த்தேன். ஜே.பி கார் கதவைத் திறப்பதைப் பார்த்தேன். காரிலிருந்து இந்தப் பெண் வெளியே வருவதையும் அவர்கள் அணைத்துக்கொள்வதையும் பார்த்தேன். இருவரும் தழுவிக் கொண்டனர். நான் முகத்தைத் திருப்பிக்கொண்டேன். பிறகு நான் மீண்டும் அவர்களைப் பார்த்தேன். ஜே.பி அவள் தோளில் கையை கோர்த்துக் கொண்டிருக்க அவர்கள் படிகளில் ஏறி வந்தனர். இந்தப் பெண் புகைப்போக்கிகளுக்குள் ஊர்ந்திருக்கிறாள். இந்தப் பெண் ஒரு முறை ஒருவனது மூக்கை உடைத்திருக்கிறாள். அவளுக்கு இரண்டு குழந்தைகள் இருக்கிறார்கள். ஏராளமான பிரச்சினைகளும். ஆனால் அவளது கைகளைக் கோத்திருக்கும் இந்த மனிதனை நேசிக்கிறாள். நான் நாற்காலியிலிருந்து எழுந்துகொண்டேன்.

"இவன் என்னுடைய நண்பன்" என்றான் ஜே.பி தன் மனைவியிடம். "டேய் இது ராக்ஸி."

ராக்ஸி என் கைகளைக் குலுக்கினாள். உயரமாக. பார்ப்பதற்கு லட்சணமாக இருந்த அவள் நீல நிறத்தில் பின்னல் தொப்பியை அணிந்திருந்தாள். கோட்டும் வெள்ளை நிறத்தில் மொத்தமான ஸ்வெட்டரும் அடர் நிறத்தில் சட்டையும் போட்டிருந்தாள். அவளுடைய காதலனைக் குறித்தும் வெட்டுக் குறடு பற்றியும் ஜே.பி முன்பொருமுறை சொன்னதை நான் நினைவுபடுத்திக் கொண்டவனாய் அவளுடைய கைகளைப் பார்த்தேன். சரிதான். அவளுடைய கைகளில் திருமண மோதிரம் எதையும் நான் பார்க்கவில்லை. அது எங்காவது துண்டுகளாகக் கிடக்கும். அவளுடைய கைகள் அகலமாக இருந்தன. விரல்களின் மூட்டெலும்புகள் தடித்திருந்தன. இந்தப் பெண் தேவைப்பட்டால் தனது முஷ்டியை உபயோகப் படுத்தக்கூடியவள்தான்.

"உன்னைப் பற்றி கேள்விப்பட்டிருக்கிறேன்" என்றேன். "ஜே.பி நீங்கள் எப்படி அறிமுகமானீர்கள் என்றும் புகைப் போக்கிகளைப் பற்றியும் சொல்லியிருக்கிறான்."

"ஆமாம் ஒரு புகைப்போக்கியில்" என்றாள் அவள். அவளது கண்கள் என் முகத்திலிருந்து விலகி மீண்டும் திரும்பியது. அவள் தலையாட்டினாள். அவள் ஜே.பியுடன் தனித்திருக்க ஆர்வமாயிருப்பதை நான் புரிந்துகொண்டேன். "அவன் உனக்கு சொல்லாதது ஏராளம் உண்டு" என்றாள் அவள். "எல்லாவற்றையும் சொல்லியிருக்க மாட்டான் என்னால் உறுதியாக சொல்ல முடியும்" என்றவள் சிரித்தாள். பிறகு. இனியும் அவளால் காத்திருக்க முடியாது. அவள் தன் கரத்தை ஜே.பியின் இடுப்பில் கோர்த்துக்கொண்டு அவனது கன்னத்தில் முத்தமிட்டாள். அவர்கள் கதவை நோக்கிச் செல்லலானார்கள். "உன்னை சந்தித்ததில் சந்தோஷம்" என்றாள் திரும்பிப் பார்த்தபடியே. "துப்புரவுத் தொழிலில் கைதேர்ந்த துப்புரவாளன் அவனே என்பதை உன்னிடம் சொன்னானா?" என்றவள் அவளது கைகளை ஜே.பியின் இடுப்பிலிருந்து இன்னும் கீழாக நகர்த்தினாள்.

"போலாம் ராக்ஸி" என்றான் ஜே.பி. அவனது கைகள் கதவின் கைப்பிடியைப் பற்றியிருந்தது.

"தனக்கு தெரிந்த எல்லாவற்றையுமே அவன் உன்னிடம் இருந்தே கற்றுக்கொண்டதாக சொன்னான்" என்றேன்.

"நிச்சயமாக அது உண்மைதான்" என்றாள். திரும்பவும் சிரித்தாள். ஆனால் அவள் வேறு எதைக் குறித்தோ யோசிக்கிறாள் என்பதுபோல இருந்தது. ஜே.பி கதவுக் குமிழைத் திருப்பினான். ராக்ஸி அவனுடைய கைமீது தன் கையை வைத்தாள். "ஜோ மதிய உணவுக்கு நாம் நகரத்துக்கு செல்ல முடியுமா? உன்னை எங்காவது சாப்பிட அழைத்துப் போக முடியுமா?"

ஜே.பி தொண்டையை செருமிக்கொண்டான். "இன்னும் ஒருவாரம் ஆகவில்லை" என்றான். கதவுக் குமிழிலிருந்து கையை எடுத்தவன் விரல்களை தாடையில் வைத்தான். "இன்னும் கொஞ்ச நாட்களுக்கு நான் இங்கிருந்து வெளியே போகாமல் இருக்க வேண்டுமென அவர்கள் விரும்புவார்கள் என்று நான் நினைக்கிறேன். நாம் இங்கேயே கொஞ்சம் காபி சாப்பிடலாம்" என்றான்.

"சரிதான்" என்றாள். அவளது பார்வை மீண்டும் ஒரு முறை என்னைத் தொட்டது. "ஜோவுக்கு இங்கே ஒரு நண்பன் கிடைத்திருப்பதில் எனக்கு மகிழ்ச்சி. உன்னை சந்தித்ததில் சந்தோஷம்" என்றாள் மீண்டும்.

அவர்கள் உள்ளே நகரத் தொடங்கினார்கள். அவ்வாறு செய்வது முட்டாள்தனமானது என்று எனக்குத் தெரியும் ஆனாலும் அதை நான் செய்தேன். "ராக்ஸி" என்று அழைத்தேன். வாசல் நிலையருகில் நின்ற அவர்கள் திரும்பிப் பார்த்தார்கள். "எனக்கும் கொஞ்சம் அதிர்ஷ்டம் வேண்டும்" என்றேன் நான். "நான் விளையாட்டுக்குச் சொல்லவில்லை. எனக்கு ஒரு முத்தம் தரமுடியுமா?"

ஜே.பி கண்களைத் தாழ்த்திக் கொண்டான். கதவு திறந்திருந்தபோதும் அவன் இன்னும் கதவுக் குமிழைப் பிடித்திருந்தான். கதவின் குமிழை முன்னும் பின்னுமாகத் திருப்பிக்கொண்டிருந்தான். அவனுக்கு தர்மசங்கடமாக இருந்தது. எனக்கும் தர்மசங்கடமாகத்தான் இருந்தது. ஆனால் அவளை உற்றுப் பார்த்துக்கொண்டேயிருந்தேன். அதை எவ்வாறு புரிந்துகொள்வது என்று ராக்ஸிக்குத் தெரியவில்லை. அவள் புன்னகைத்தாள். "நான் இப்போது புகைபோக்கித் துப்புரவுத் தொழிலாளி கிடையாது" என்றாள். "பல ஆண்டுகளாயிற்று. ஜோ உன்னிடம் சொல்லவில்லையா? இருந்தாலும் உனக்கு நிச்சயமாய் முத்தம் தருகிறேன். கண்டிப்பாக. உன்னுடைய அதிர்ஷ்டத்துக்காக."

அவள் முன்னகர்ந்து. உயரமான என் தோள்களைப் பற்றி. உதடுகளில் முத்தத்தைப் பதித்தாள். "எப்படியிருந்தது?" என்று கேட்டாள்.

"நன்றாக இருந்தது" என்றேன் நான்.

"அதெல்லாம் ஒன்றும் இல்லை" என்றாள். இன்னும் என் தோள்களைப் பற்றியிருந்தாள். அவள் நேராக என் கண்களைப் பார்த்துக்கொண்டிருந்தாள். "அதிர்ஷ்டம் வாய்க்கட்டும்" என்றாள். பிறகு என்னை விடுத்து நகர்ந்து போனாள்.

"பால், பிறகு பார்க்கலாம்" என்றான் ஜே.பி. அவன் கதவை முழுக்கத் திறந்து விட அவர்கள் உள்ளே போனார்கள்.

முன்பக்க படிகளில் உட்கார்ந்த நான் சிகரெட்டை பற்ற வைத்தேன். என் கைகள் செய்வதை கவனித்தபடியிருந்த நான் பிறகு தீக்குச்சியை ஊதி அணைத்தேன். என்னிடம் ஒரு சிகரெட் பெட்டி இருந்தது. இன்று காலை அதிலிருந்துதான் எடுத்து நான் புகைக்கத் தொடங்கினேன். இன்று காலையில் எனக்குக் குடிக்க ஏதாவது தேவையாக இருந்தது. மிகச் சோர்வாக இருந்தது. ஆனால் அதைப் பற்றி ஜே.பியிடம் நான் ஒன்றும் சொல்லவில்லை. நான் என் மனதை வேறு

எதிலாவது திசைதிருப்ப முயன்றேன். ஒருதடவை அப்படி செய்யவும் முடிந்தது.

புகைப்போக்கிகளை சுத்தப்படுத்துவது பற்றி யோசிக்கத் தொடங்கினேன். ஜே.பியிடமிருந்து நான் கேட்டிருந்த எல்லா விஷயங்களையும் யோசித்தேன். ஆனால் ஏதோ காரணத்திற்காக திருமணம் முடிந்தவுடன் நானும் என் மனைவியும் வசிக்கத் தொடங்கின வீட்டைப் பற்றி யோசிக்கத் தொடங்கினேன். அந்த வீட்டில் புகைப்போக்கிக் கிடையாது. கருமமே. கூடாது. அதை எனக்கு இப்போது ஞாபகப் படுத்தியது எது என்று எனக்குத் தெரியவில்லை. ஆனால் அந்த வீடு எனக்கு ஞாபகத்தில் இருந்தது. சில வாரங்களே அங்கிருந்தபோது ஒருநாள் காலையில் ஏதோ சத்தம் கேட்டு நான் விழித்துக்கொண்டதும் நினைவில் வந்தது. அது ஞாயிற்றுக்கிழமை காலை நேரம். படுக்கையறைக்குள் இன்னும் இருட்டாக இருந்தது. ஆனால் படுக்கையறை ஜன்னல் வழியாக மங்கலான வெளிச்சம் உள்ளே வந்தது. நான் கவனித்திருந்தேன். வீட்டின் ஓரத்தில் எதையோ சுரண்டுவதை என்னால் கேட்க முடிந்தது. படுக்கையிலிருந்து எழுந்து ஜன்னலோரத்திற்கு வந்தேன்.

‘கடவுளே’ படுக்கையில் எழுந்து உட்கார்ந்துகொண்டு முகத்திலிருந்து தலைமுடியை விலக்கியபடியே சொன்னாள் என் மனைவி. பிறகு அவள் சிரிக்கத் தொடங்கினாள். “அது வெண்ட்ருண்ணி” என்றாள். “அவர்தான் இந்த வீட்டு சொந்தக்காரர். உன்னிடம் சொல்ல மறந்துவிட்டேன். இன்னிக்கு இந்த வீட்டுக்கு பெயிண்ட் அடிக்க வருவதாக அவர் சொல்லியிருந்தார். வெயில் வரதுக்கு முன்னாடி விடிகாலையிலேயே வர்றேன்னு சொல்லியிருந்தார். எல்லாத்தையும் சுத்தமா மறந்துட்டேன்” என்றாள். இன்னும் கொஞ்சம் சிரித்தாள். “நீ வந்து படுப்பா. அது வீட்டுக்காரர்தான்.”

“இரு” என்றேன் நான்.

ஜன்னல் திரையை விலக்கினேன். வெளியே முழுக்க வெள்ளை அங்கியை அணிந்த அந்த முதியவர் ஏணியை அடுத்து நின்றிருந்தார். மலைக்கு பின்னிருந்து அப்போதுதான் சூரியன் எழத் தொடங்கியிருந்தன. முதியவரும் நானும் ஒருவரையொருவர் பார்த்துக்கொண்டோம். அது வீட்டு சொந்தக்காரர்தான். சரிதான். அந்த முதியவர்தான் முழு அங்கியில் இருக்கிறார். ஆனால் அந்த அங்கி அவருக்கு தொளதொளவென்று இருந்தது. அவர் சவரம் செய்ய வேண்டியுமிருந்தது. தனது வழுக்கைத் தலையை மறைப்பதற்காக பேஸ்பால் தொப்பியையும் அணிந்திருந்தார். இவனைப் போல ஒரு கிறுக்குத்தனமான கிழவனை நான் பார்த்ததேயில்லை. அந்த நிமிடத்தில் நான் அவனாக இருக்கவில்லை என்ற நினைப்பை அடுத்து ஒரு சந்தோஷ அலை எனக்குள் எழுந்தது. நான் நானாக படுக்கையறைக்குள் என்னுடைய மனைவியுடன் இருக்கிறேன். அவர் தனது கட்டைவிரலை சூரியனை நோக்கி உயர்த்திக் காட்டினார். அவர் தன் நெற்றியிலிருந்து வியர்வையைத் துடைப்பது போல பாவனை செய்தார். அவருக்கு அவ்வளவு நேரமில்லை என்பதை எனக்குத் தெரிவிப்பது போலிருந்தது. அந்தக் கிழவன் முறுவலித்து சிரிக்கத் தொடங்கினான். அப்போதுதான் நான் நிர்வாணமாக இருப்பது எனக்கு உறைத்தது. கீழே குனிந்து என்னை நானே பார்த்துக்கொண்டேன். அவனை மறுபடியும் பார்த்துவிட்டு தோள் குலுக்கினேன். நான் புன்னகைத்தபடியிருந்தேன். அவன் என்ன எதிர்பார்த்திருப்பான்?

என் மனைவி சிரித்தாள். "வந்துவிடு" என்றாள். "வந்து படு. இப்போதே. இந்த நிமிடமே. இங்கே வந்துவிடு."

திரைச் சீலையை தளர்த்தினேன். ஆனால் ஜன்னலருகிலேயே நின்றிருந்தேன். என்னுடைய மனைவியின் குரலைக் கேட்டது போலவும் "போப்பா.. போய் படு. எனக்கு புரியுது" என்று சொல்வது போலத் தலையாட்டுவதையும் என்னால் பார்க்க முடிந்தது. அவர் தனது தொப்பியை இறுக்கிக் கொண்டார். பிறகு அவர் தனது வேலையைப் பார்க்கத் தொடங்கிவிட்டார்.

தனது வாளியை எடுத்துக்கொண்டார். ஏணியில் ஏறத் தொடங்கினார்.

இப்போது நான் எனக்குப் பின்னால் இருந்த படிகளில் சாய்ந்துகொண்டு கால்மேல் கால் போட்டுக்கொண்டேன். இன்றைக்கு மதியத்துக்கு பின்னால் என்னுடைய மனைவியுடன் பேச முயற்சிப்பேன். பிறகு என்னுடைய காதலிக்கு என்ன ஆனது என்று தெரிந்துகொள்ள அவளுடன் பேசுவேன். ஆனால் அவளுடைய வாய்துடுக்கு பையன் தொலைபேசியை எடுத்துப் பேசுவதை நான் விரும்பவில்லை. நான் பேச முயற்சிக்கும்போது அவன் தன் சொந்த வேலையாக எங்காவது வெளியில் போயிருக்க வேண்டும். ஜேக் லண்டனின் புத்தகங்களில் எதையாவது நான் படித்திருக்கிறேனா என்று நினைவுபடுத்த முயன்றேன். எனக்கு ஞாபகமில்லை. ஆனால் நான் உயர்நிலைப்பள்ளியில் படிக்கும்போது அவருடைய கதை ஒன்றை படித்த நினைவிருக்கிறது. 'நெருப்பு மூட்டுதல்' என்று கதையின் பெயர். யூகானிலிருக்கும் ஒரு மனிதன் கடுங்குளிரில் உறைந்து கொண்டிருக்கிறான். நெருப்பு எரியாமல் போனால் அவன் குளிரில் விறைத்து செத்துப் போகக்கூடும் என்றால் யோசித்துப் பாருங்கள். நெருப்பைக் கொண்டு அவன் தனது காலுறைகளையும் உடைகளையும் காயவைத்துக்கொண்டு தன்னையும் சூடாக்கிக்கொள்ள முடியும். அவன் நெருப்பை எரிய வைத்துக்கொண்டிருக்கும்போது என்னவோ நடந்து விடுகிறது. மரத்திலிருந்து பனி நெருப்பின் மீது விழுந்துவிடுகிறது. அது அணைந்துபோகிறது. அதேநேரத்தில் வெப்பநிலையும் சரிந்துவிடுகிறது. இரவு கவிகிறது.

பையிலிருந்து சில நாணயங்களை எடுத்தேன். முதலில் என் மனைவியை அழைக்க முயல்வேன். அவள் பதில் சொன்னால் அவளுக்கு நான் புத்தாண்டு வாழ்த்துகளை சொல்வேன். அவ்வளவுதான். நான் வேறு எதையும் பேச மாட்டேன். என் குரலை உயர்த்தமாட்டேன். அவளாக எதையும் ஆரம்பித்தாலும்கூட நான் பேச மாட்டேன். நான் எங்கிருந்து பேசுகிறேன் என்று அவள் கேட்பாள். அவளிடம்

நான் சொல்ல வேண்டும். புத்தாண்டு சபதங்களைப் பற்றி அவளிடம் எதுவும் நான் சொல்லமாட்டேன். இதை ஒரு நகைப்புக்குரிய விஷயமாக ஆக்க முடியாது. அவளிடம் பேசி முடித்த பிறகு நான் என் காதலியை அழைப்பேன். இல்லை என் காதலியை முதலில் அழைத்துப் பேசலாம். அவளுடைய மகன் தொலைபேசியை எடுக்கக்கூடாது என்று நான் விரும்பினேன். அவள் பதில் சொல்லும்போது "கண்ணே. நான்தான்" என்பேன்.

பர்கத் பிர்பல்

1961ஆம் வருடம் பிறந்த பர்கத் பிர்பல், புகழ்பெற்ற குர்திஷ் எழுத்தாளர், கவிஞர், ஓவியர், விமர்சகர், பாடகர், அறிஞர். 1986ஆம் ஆண்டு குர்திஷ்தானிலிருந்து வெளியேறிய அவர் டென்மார்க், ஜெர்மனி போன்ற நாடுகளில் வசித்த பின் இப்போது பிரான்ஸில் உள்ளார். இருபதாம் நூற்றாண்டு குர்திஷ் இலக்கியத்தின் கவிதை, உரைநடை இரண்டிலும் புதுமையை புகுத்தியவர். கவிதைகளில் ஓவியங்கள், எழுத்துருக்களைக் கொண்டு புதிய வகைமைகளை உரு வாக்கியவர். இதுவரை எழுபதுக்கும் அதிகமான நூல்கள் வெளிவந்துள்ளன. 'உருளைக்கிழங்கு உண்பவர்கள்' என்ற இந்த சிறுகதை குர்திஷ் இலக்கியத்தின் மிகப் புகழ்பெற்ற ஒன்று.

4
உருளைக்கிழங்கு உண்பவர்கள்

பிரைதூன் தலையைத் தொங்கப்போட்டுக்கொண்டு கிராமத்தைவிட்டு வெளியேறினான். கட்டுக்கதைகள் கிளம்பின. ஒவ்வொருவரும் ஒவ்வொரு கதையைச் சொன்னார்கள். "அவன் ஜெர்மனிக்குப் போய்விட்டான்" என்றனர் சிலர். இன்னும் சிலர் "அவன் ஸ்வீடனில் இருக்கிறான்" என்று சொன்னார்கள். வேறு சிலரோ அவன் கனடாவில் இருப்பதாகக் கூறினார்கள். கொலம்பியாவில் அவன் கஞ்சா கடத்துகிறான் என்றும் சொன்னார்கள். அவனது நெருங்கிய நண்பர்கள் சொன்னது வேறொன்று. "டென்மார்க்கில் ஒரு போலந்துக்காரியை மணந்துகொண்டு உணவகத்தில் வேலை செய்கிறான்." இவை எல்லாவற்றையும்விட அவனுடைய சகோதரர்கள் சொன்ன கதைதான் விநோதமானது "அமெரிக்காவிலிருந்துதான் அவன் கடிதங்கள் எழுதுகிறான். அங்குதான் வசிப்பதாக சொல்கிறான்."

பிரைதூன் வெளியேறிய சமயம் கடுமையான பிளேக் நோய் அந்த கிராமத்தைத் தாக்கியது. இருந்திருந்தாற்போல வாந்தியெடுக்கத் தொடங்கி அடுத்த நான்கைந்து நாட்கள் படுக்கையிலேயே கிடந்து வேதனையுடனே மாண்டுபோயினர் ஆட்கள். ஊரைவிட்டுச் சென்ற பிரைதூன் பிறகு எட்டிப் பார்க்கவேயில்லை. அடுத்த பதிமூன்று வருடங்கள் அந்த கிராமத்தை பிளேக் நோய் சூறையாடியது.

இப்போது பதிமூன்று வருடங்களுக்குப் பிறகு பிளேக் நோயால் தாக்குண்ட தன் கிராமத்துக்கு அவன் திரும்பி வந்திருக்கிறான்.

தேநீரகத்திலிருந்து வழக்கமாக மாலையில் வீட்டுக்கு வருவதுபோல அவன் திரும்பியிருக்கிறான். ஒரே வித்தியாசம் அவன் கையிலிருக்கும் பை மட்டுந்தான். முழுக்கத் திணிக்கப் பட்டிருக்கும் பெரிய பை.

பிளேக் நோயால் தாக்கப்பட்ட இந்த பதிமூன்று வருடங்களில் கிராமத்தினர் தங்களது வழக்கமான சடங்குகளையும் பழக்கவழக்கங்களையும் கடைப்பிடிக்க மறந்துவிட்டு புதிய சில வழக்கங்களையும் நியதிகளையும் பற்றியிருக்கின்றனர் என்பதைப் பற்றி பிரைதூன் அறிந்திருக்கவில்லை. முக்கியமாக, உருளைக்கிழங்குகளை உண்ணும் வினோதமான பழக்கத்தைப் பற்றி. பிரைதூன் ஊரைவிட்டுப் போன பிறகு ஏற்பட்ட பசி என்பது பஞ்சமாக மாறியபோது உருளைக் கிழங்குகளை உண்பது என்பது வழக்கமாகப் போனது.

பிளேக் நோய் பரவிய சமயத்தில் கொஞ்ச கொஞ்சமாக ஆட்கள் வேறு ருசிகளை மறந்துபோயினர். நாட்கள் செல்லச் செல்ல பிற உணவுகளைப் பார்த்தாலே வெறுப்படைந் தனர். உருளைக்கிழங்குகளை மட்டுமே உண்டனர் அவர்கள். உருளைக்கிழங்கு மட்டுமே பயிரிடப்பட்டது. விளைவிக்கப் பட்டது. நிலங்களிலும் சமையலறை தோட்டங்களிலும் கொல்லைப்புறத்திலும் பள்ளிகளிலும் தேநீரகங்களிலும் உருளைக்கிழங்கு மட்டுமே நடப்பட்டது. உருளைக்கிழங்கு நீரையே அவர்கள் பருகினார்கள். யோகமிருந்தவர்கள் உருளைக்கிழங்கு சாறு குடித்தனர். இராணுவ அதிகாரிகளும் கனவான்களும் சீமான்களும் உருளைக்கிழங்கு பீர், உருளைக் கிழங்கு வைன், உருளைக்கிழங்கு சாராயம் குடித்தார்கள். ஏழைகள் குளிர்காலத்தில் உருளைக்கிழங்கு நீரை சேமித்து கோடைக்காலத்தில் பருகினார்கள். உருளைக்கிழங்கு தோலைக் கொண்டு தைக்கப்பட்ட உடைகளை உடுத்தினார்கள் ஆட்கள். விதவிதமான தோற்றமும் அளவும் கொண்ட

உருளைக்கிழங்கு படங்களை வீடுகளின், தேநீரகங்களின் சுவர்களில் தொங்கவிட்டார்கள். ரமலான் தசமபாகமாகவும் காணிக்கையாகவும்கூட உருளைக்கிழங்குகளே வழங்கப்பட்டன. புதுமனைப் புகுவிழாவுக்கோ, பண்டிகையின்போதோ, குறிப்பிட்ட வாரத்துக்கோ அல்லது ஏதேனும் சந்தரப்பத்திலோ உருளைக்கிழங்கே பரிசாக தரப்பட்டது. யாரேனும் செத்துப்போனால் அவரது உடலை உருளைக்கிழங்கு நீரால் நீராட்டினார்கள். கடைசியில் புதைகுழியில் ஒரு உருளைக் கிழங்கை வைத்து புதைத்தார்கள்.

பிரைதூன் திரும்பி வந்ததில் அவனுடைய தந்தைக்கும் சகோதர சகோதரிகளுக்கும் உறவினர்களுக்கும் மெத்த மகிழ்ச்சி. ஏழ்மையிலிருந்தபோதும் அவன் திரும்பி வந்ததைக் கொண்டாடவென ஒரு விருந்தை ஏற்பாடு செய்தனர். ஊராரையும் நண்பர்களையும் தெரிந்தவர்களையும் அழைத்திருந்தனர். விருந்து மூன்று நாட்களுக்கு நீடித்தது. ஆட்டமும்பாட்டமுமாக கொண்டாடிக் களித்தனர்.

இந்த மூன்று நாட்களிலும் தொலைக்காட்சி, வானொலி நிலையங்களிலிருந்து நாளிதழ்கள், வார இதழ்களிலிருந்து பிரைதூனிடம் பேட்டி எடுப்பதற்கென ஒன்றன் பின் ஒன்றாக செய்தியாளர்கள் வந்துகொண்டிருந்தனர். ‘கவியரசு நம் தாய் மண்ணுக்குத் திரும்பியிருக்கிறார்’ என்று ஒரு வானொலி அறிவித்தது. ‘அமெரிக்காவின் பிரபல பல்கலைக் கழகத்தில் பட்டம் பெற்ற குர்திஷ் இளைஞர் கிராமத்துக்குத் திரும்பியிருக்கிறார்’ என்று சொன்னது இன்னொரு தொலைக்காட்சி. நாளிதழ்களும் சஞ்சிகைகளும் ‘மாபெரும் எழுத்தாளர் தேசத்துக்கு சேவைபுரிய சொந்த மண்ணுக்கு மீண்டிருக்கிறார்’ என்று தலைப்புச் செய்தி வெளியிட்டன.

ஊர் முழுக்கப் பேசி பாராட்டிய இந்த மூன்று நாட்களுக் குள்ளாக, பிரைதூன் தனது நாட்டின் ‘மாபெரும் கவிஞன், பணிவுகொண்ட தலைவன், புகழ்பெற்ற எழுத்தாளர்’ ஆகிவிட்டான்.

இப்படியாக இந்த மூன்று நாட்கள் முழுக்க பிரைதூனுக்கு மூச்சுவிடவே நேரமில்லை. அவனுடைய சொந்தக்காரர்களும் நண்பர்களும் வீட்டுக்கு வரும்படி அழைப்பு விடுத்தனர். பிரைதூனை உபசரிப்பதற்காக வசதி இல்லாதவர்கள் பணக்கார உறவினர் வீடுகளிலிருந்து உருளைக்கிழங்குகளை கடன்வாங்கி வைத்தனர். கிராமத்தைச் சேர்ந்த தலைவர்களும் கல்விமான்களும் தங்களது விடுதியில் உருளைக்கிழங்கு பீரையோ அல்லது வேறு உருளைக்கிழங்கு பானத்தையோ பருகிட அழைப்பு விடுத்தனர். நெருக்கமாக அறிமுகமானவர்களும், தெரிந்தவர்களும் அவனைச் சந்திக்க வந்தபோது, வண்ணம் பூசிய உருளைக் கிழங்கு ஒன்றை, காகிதப் பொதியில் சுற்றி பரிசாக அளித்தனர்.

இந்த மூன்று நாட்களில் பிரைதூன் மெல்ல மெல்ல உருளைக் கிழங்குக்கு எப்படியோ பழகிவிட்டான். இப்படியிருப்பதுதான் இயல்பு என்பதுபோல உருளைக் கிழங்கையே உண்டு அதன் நீரையே குடிக்கலானான்.

நான்காம் நாள் இரவு பதினொன்றரை மணிக்கு அவனுடைய அப்பா, சகோதர சகோதரிகள், அவர்களது பிள்ளைகள், அத்தை மாமாக்கள், அவர்களது பிள்ளைகள், அவனது சித்தியுடன் அவரது பிள்ளைகள் என அனைவரும் பிரைதூனின் தந்தையின் அறையில் கூடியிருந்தனர். இரவு உணவாக உருளைக்கிழங்கை உண்டு முடித்துவிட்டு பிரைதூனை சுற்றி உட்கார்ந்திருந்தனர்.

பிரைதூனைப் பார்த்து அப்பா கேட்டார் "மகனே, பிரைதூன். எனக்கு என்ன கொண்டு வந்தாய்?"

இதைக் கேட்டு பிரைதூன் மிகவும் மகிழ்ந்தான். சந்தோஷத்தில் அவனுக்கு தலைசுற்றியது. "இது மிகப் பெரும் ஆச்சரியமாக இருக்கும்' என்று எண்ணினான். மிகுந்த கர்வத்துடன் எழுந்து நின்று அறையின் நடுவில் தந்தையின் எதிரில் உள்ளேயிருப்பவை கீழே விழும்படி கனத்த பையை கவிழ்த்தான்.

கோதுமை சாக்குப்பை போன்ற அந்தப் பை திறந்துகொள்ள ஒளிரும் மஞ்சள் மாவுபோல தங்கம் விழுந்து சரிய மேலும் மேலும் கொட்டியது. பெரிய தங்கத் துண்டுகள் விழுந்தன. அதன் பிறகு இன்னும் பெரிய துண்டுகள். கடைசியில் செங்கல் அளவுகொண்ட தங்கத் துண்டுகள் சரிந்தன. பதிமூன்றுவருட காலம் ஊரைவிட்டு நீங்கி உழைத்த தன் ஆன்மாவின் வேர்வைபோல மினுமினுக்கும் தங்கம் கொட்டுவதைக் கண்டு பரவசத்துடன் பெருமை பொங்க மகிழ்ந்து நின்ற பிரைதூன் சொன்னான் "இதோ பாருங்கள் அப்பா. உங்களுக்காக தங்கத்தைக் கொண்டு வந்திருக்கிறேன்."

கைக் குழந்தைக்கு பாலூட்டிக்கொண்டிருந்த அவனது அண்ணி கேட்டாள் "இந்தப் பையில் தங்கம் மட்டுந்தான் இருக்கிறதா?"

பிரைதூன் சொன்னான் "ஆமாம். முழுவதும் தங்கம்தான்."

அவனுடைய சகோதரி சற்றே ஆத்திரமடைந்தாற்போல குரலுயர்த்திக் கேட்டாள் "இது முழுக்க தங்கமா?"

பிரைதூன் சொன்னான் "ஆமாம். முழுக்க தங்கம்தான்."

வேறு எவரையும்விட அதிக குழப்பத்தில் இருந்த அவனது தாய்மாமா கேட்டார் "இதெல்லாம் தங்கமா?"

பிரைதூன் சொன்னான் "ஆமாம். தங்கந்தான்."

அவனுடைய தந்தை ஊடே புகுந்தார் "வெளிநாட்டிலிருந்து நீ உருளைக்கிழங்குகளைக் கொண்டு வரவில்லையா?"

"இல்லை. வெளிநாட்டிலிருந்து நான் உருளைக்கிழங்கு கொண்டு வரவில்லை" என்றான் பிரைதூன்.

அதிர்ச்சியடைந்த அவனுடைய அண்ணன் கத்தினான் "வெளி நாட்டிலிருந்து நீ உருளைக்கிழங்கு கொண்டு வரவில்லையா?"

அவர்களைவிட அதிர்ச்சியும் வியப்புமடைந்த பிரைதூன் சொன்னான் "இல்லை, நான் வெளிநாட்டிலிருந்து உருளைக்கிழங்குகளைக் கொண்டு வரவில்லை."

அவனுடைய மாப்பிள்ளை கேட்டார் "உண்மையாகவே நீ வெளிநாட்டிலிருந்து உருளைக்கிழங்குகளைக் கொண்டு வரவில்லையா?"

"இல்லை. வெளிநாட்டிலிருந்து நான் உருளைக்கிழங்குகள் கொண்டு வரவில்லை" என்று பதிலளித்தான் பிரைதூன்.

குழப்பமடைந்த அவனுடைய தாய்மாமா சிறிது கோபத்துடன் கேட்டார் "உண்மையாகவா? வெளிநாட்டிலிருந்து நீ உருளைக்கிழங்குகளைக் கொண்டு வரவில்லையா?"

"இல்லை, வெளிநாட்டிலிருந்து நான் உருளைக் கிழங்குகளைக் கொண்டு வரவில்லை."

அவனுடைய மாமா அவன் சட்டைக் காலரைப் பிடித்து உலுக்குவதுபோல கேட்டார் "உறுதியாகவா சொல்கிறாய்? வெளிநாட்டிலிருந்து உருளைக்கிழங்குகளைக் கொண்டு வரவில்லையா?"

மேலும் குழப்பமடைந்த பிரைதூன் அமைதியாகச் சொன்னான் "உறுதியாகத்தான் சொல்கிறேன். நான் வெளிநாட்டிலிருந்து உருளைக்கிழங்குகளைக் கொண்டு வரவில்லை."

அத்தைவழி உறவினன் கேட்டான் "கண்டிப்பாக நீ வெளிநாட்டிலிருந்து உருளைக்கிழங்குகளைக் கொண்டு வரவில்லையா?"

பிரைதூன் பெருமூச்சுவிட்டான் "ஆமாம், நிச்சயமாக நான் வெளிநாட்டிலிருந்து உருளைக்கிழங்குகளைக் கொண்டு வரவில்லை."

"அது எப்படி வெளிநாட்டிலிருந்து நீங்கள் ஒரு உருளைக் கிழங்கைக்கூட கொண்டுவர முடியாமல் போனது?"

பிரைதூனுக்குக் கோபம் வந்தது "வெளிநாட்டிலிருந்து உருளைக்கிழங்கை நான் கொண்டு வரவில்லை."

அப்பாவழி உறவுக்கார அண்ணன் கேட்டான் “நீ ஏன் வெளி நாட்டிலிருந்து உருளைக்கிழங்கைக் கொண்டு வரவில்லை?”

பிரைதூன் தான் செய்த தவறையோ அல்லது இழைத்த குற்றத்தையோ சமாளிப்பதுபோல உணர்ந்தான் “எனக்குத் தெரியாது. நான் வெளிநாட்டிலிருந்து உருளைக் கிழங்குகளைக் கொண்டு வரவில்லை.”

மாமா வழி உறவினர் கேட்டார் “ஆச்சரியமாக இருக்கிறது. நீ ஏன் வெளிநாட்டிலிருந்து உருளைக்கிழங்குகளைக் கொண்டு வரவில்லை?”

“இதிலென்ன ஆச்சரியம். நான் வெளிநாட்டிலிருந்து உருளைக் கிழங்குகளைக் கொண்டு வரவில்லை” என்றான் பிரைதூன் அமைதியாக.

கடைசியில் பிரைதூனின் தந்தையார் வருத்தத்துடனும் துயருடனும் இயலாமையுடன் மூச்சுவிட்டார் “சரி என் மகனே. ஆனால் ஏன்? நீ ஏன் வெளிநாட்டிலிருந்து உருளைக் கிழங்குகளைக் கொண்டு வரவில்லை?”

தங்கத்தின் பெரு மதிப்பைக் குறித்த தன்னுடைய யோசனையை பெருமையுடன் எண்ணியபடி கூறினான் “நான் தங்கத்தை மட்டுமே கொண்டு வந்தேன்.”

அகன்ற தோளும் முறுக்கு மீசையும் கொண்ட கருத்த தாய் மாமன் ஆர்வத்துடன் உரக்கக் கேட்டார் “தங்கம் என்றால் என்ன தம்பி?”

ஆச்சரியமும் கொந்தளிப்புமான இந்தப் பேச்சைக் கேட்ட பிறகு, தங்கம் என்றால் என்ன என்பதே குடும்பத்திலுள்ள யாருக்கும் ஞாபகம் இல்லை என்பதை பிரைதூன் கடைசியில் புரிந்துகொண்டான். கிராமத்திலுள்ள யாரும் தங்கத்தின் மதிப்பைப் புரிந்துகொள்ள மாட்டார்கள், புரிந்துகொள்ள முடியாது என்றும் தெரிந்துகொண்டான். தன்னை தோல்வி யுற்றவனாகவோ அல்லது முட்டாளாகவோ ஏற்றுக் கொள்ள

மறுத்தான் அவன். ஆனால், தங்கத்தின் மதிப்பை அவர்களுக்கு எடுத்துச் சொல்லி புரியவைக்க முயற்சி செய்வது என்பது சிரமமான, கிட்டத்தட்ட இயலாத காரியமாகவே இருந்தது. எனவே, வருத்தத்துடனும் அவநம்பிக்கையுடனும், இந்த அபத்தத்தைக் குறித்து ஆழ்ந்து யோசித்து, தன்னுடைய தாய்மாமனின் அறியாமை நிறைந்த கண்களை பார்த்தபடியே அமைதி கொண்டான்.

அவனுடைய அண்ணி தன் கைக் குழந்தையை தோளில் அணைத்தபடி பெருமூச்செறிந்தபடி எழுந்து வெளியேறினாள். போகிறபோக்கில் அவள் புலம்பினாள் "பதிமூன்று வருடங்கள் வெளிநாட்டில் இருந்திருக்கிறான். கடைசியில், ஒரு மூட்டை உருளைக்கிழங்கைக் கூட கொண்டு வரவில்லை."

தாய்மாமனின் சம்சாரமான அத்தை விரல்களில் பிடித்திருந்த சுருட்டை சுண்டியபடி எழுந்து சொன்னாள் "என்னவோ போ. பதிமூன்று வருடங்களாக இவனை நாங்கள் பார்க்கவில்லை. இப்போது எங்களுக்கு பரிசாக ஒரு மூட்டை உருளைக் கிழங்குகூட கொண்டு வரவில்லை."

அப்பாவழி மாமனின் மனைவியான இன்னொரு அத்தை சத்தமில்லாமல் எழுந்து தன் பிள்ளையின் கையைப் பிடித்துக் கொண்டு வெளியேறினாள். "இதென்ன கஷ்டம்? வரும்போது ஒரு உருளைக்கிழங்குகூடவா நீ கொண்டு வரவில்லை" என்றபடியே நடந்தாள்.

அவனுடைய மாப்பிள்ளை பிரைதூனை நிமிர்ந்து பார்க்காமல் அலுப்புடன் குறைசொன்னபடியே வெளியேறினார் "வேறு எதுவும் இல்லையென்றாலும் பரவாயில்லை. குழந்தைகளுக்கென்று கொஞ்சம் உருளைக் கிழங்குகளைப் பரிசாகக் கொண்டு வந்திருக்கலாம்."

எல்லோரையும்விட பருத்த உருவம் கொண்ட அவனுடைய அத்தை, சற்று தாமதமாக வந்தவள் வாசலிலேயே நின்றபடி குமுறினாள் "வெளிநாட்டிலிருந்து வருபவர்கள் எல்லோரும்

மூட்டை மூட்டையாக உருளைக் கிழங்குகளைக் கொண்டு வருகிறார்கள். இவன் என்னவென்றால் உபயோகமற்ற இந்தக் குப்பையை தூக்கி வந்திருக்கிறான். அது என்னவென்று அவனைத்தவிர இங்கு யாருக்கும் தெரியாது."

அவனுடைய அத்தை பிள்ளைகள், மாமாவின் மகன்களும் மகள்களும், சித்தப்பாவின் குழந்தைகள், மாமாக்கள், அத்தைகள், அண்ணன் தங்கைகள், அவர்கள் பிள்ளைகள் என எல்லோரும் தொடர்ந்து ஒருவருக்குப் பின் ஒருவராக எழுந்து நம்பிக்கையிழந்தவர்களாய் அறையிலிருந்து வெளியே சென்றனர். அவனைத் திரும்பிப் பார்க்காமல் செல்லும்போது எல்லோரும் கூறினார்கள் "வெளிநாட்டில் பதிமூன்று வருடங்கள் இருந்திருக்கிறாய், ஏதோ கொஞ்ச மேனும் உருளைக் கிழங்குகளை நீ கொண்டு வரவில்லை."

"பதிமூன்று வருடங்கள் வெளிநாட்டில் இருந்திருக்கிறாய். ஆனால், வரும்போது நீ உருளைக்கிழங்குகளை எடுத்து வரவில்லை."

"பதிமூன்று வருடங்கள் வெளிநாட்டில் இருந்தாய், ஆனால், நீ சிறிதளவேனும் உருளைக்கிழங்குகளை கொண்டு வரவில்லை."

"பதிமூன்று வருடங்கள் வெளிநாட்டில் இருந்தாய். ஆனால், வரும்போது கொஞ்சமேனும்…"

"பதிமூன்று வருடங்கள் வெளிநாட்டில் இருந்தாய். ஆனால், வரும்போது…"

"பதிமூன்று வருடங்கள் வெளிநாட்டில் இருந்தாய்…"

கிராமத்தின் அமானுஷ்ய கழுகின் நகங்கள் கீறியதாக உண்டான தென்று எல்லோரும் கிசுகிசுக்கும் நெற்றித் தழும்புள்ள அவனுடைய அக்கா தொண்டை அடைபட்டதுபோல உணர்ந்து பிறகு அவளுக்குள் ஏதோ உடைந்ததுபோல வீறிட்டு அழுதபடியே சொன்னாள் "தம்பி, நீ எங்களையெல்லாம் இவ்வளவு கேவலமாக அவமானப்படுத்துவாய் என்று நான்

நினைக்கவில்லை." தன் பிள்ளையின் கையைப் பிடித்துக் கொண்டு வெளியேறினாள்.

அவனுடைய தம்பி, கவண் எறிந்த கல்லைப் போன்ற வேகத்துடன் பார்த்துவிட்டு ஆத்திரத்துடன் நக்கலாகக் கேட்டான் "என்ன இது 'தங்கம்'?" பிறகும் ஆத்திரம் குறையாமல் சற்றும் சமாதானமின்றி போய்விட்டான்.

மாண்புள்ளவரும் புத்திசாலியுமான அவனுடைய அண்ணன் எழுந்து பிரைதூனின் அருகில் சென்றார். குனிந்து கண்கள் தழுதழுத்தவரின் வாயிலிருந்து வேதனைமிகுந்த சொற்கள் ஒலித்தன "பிரைதூன். வேறு எதுவும் இல்லாமல் போயிருந்தாலும் நீ எங்களுக்காக சிறிதளவு உருளைக் கிழங்குகளைக் கொண்டு வந்திருக்கலாம். எங்களுக்கு அது எந்த அளவுக்குத் தேவை என்று உனக்குத் தெரியுமல்லவா? தெரியும்தானே? அதற்காக நாங்கள் மிகவும் சிரமப்படுகிறோம் அல்லவா?"

பிரைதூன் சவத்தைப் போல நொறுங்கிவிட்டான். முழங்கால் களுக்கு நடுவே தலை புதைந்திருந்தது. அதிர்ச்சியில் அமைதியாக யோசிக்க முயன்றான். பாலைவெளியில் கைவிடப்பட்டவனாக, கொடுங்கனவு ஒன்றில் ஆழ்ந்திருப்பவனாகவும் தென்பட்டான். தன்னைச் சுற்றி என்ன நடக்கிறது என்று அவனுக்குப் புரியவில்லை.

எல்லோரும் போனபின்னும், இப்போதும் தோல்வியுற்றவராய் அதிர்ச்சியுடன் துயருடன் அவர்களுடைய தந்தை அங்கிருந்தார். அறையின் நடுவில் கொட்டிக் கிடந்த பொற் குவியலை, மிகப் பிடித்த ஒருவரின் சவத்தைப்போல பார்த்துக் கொண்டிருந்தார். அவனைக் கடிந்துகொள்வதுபோல கேட்டார் "சரி மகனே, இந்த தங்கம் என்பது என்ன? இதை வைத்துக்கொண்டு என்ன செய்வது?"

பிரைதூன் தலையை உயர்த்தியபோது யாருமற்ற அறையில் தனித்துவிடப்பட்டிருப்பதை உணர்ந்தான். அளவுக்கதிகமான

நீண்ட ஒரு கொண்டாட்டத்தின் முடிவில் போதமற்று இருப்பதுபோல அவனது தலை சுற்றியது. ஆனால், எல்லோரும் அவனை தனியே விட்டுவிட்டுப் போன பின் அறையில் இப்போது யாருமில்லை என்பதை எண்ணி அவன் நிம்மதியடைந்தான். எழுந்து நின்று சுவரின் நடுவில் மாட்டப்பட்டிருந்த மறைந்த தன் அம்மாவின் படத்தை நோக்கி கண்ணீருடன் நடந்தான். அவனுடைய அம்மா, கொள்ளை நோயின்போது, பிரைதூன் ஊரைவிட்டு வெளியேறிய சமயத்தில் செத்துப்போனாள். இனி ஒருபோதும் பார்க்க முடியாத அவனுடைய அம்மா. இன்று இந்த மாலைப் பொழுதில் இங்கில்லாமல் போன அவனுடைய அம்மா. பிரைதூனை இழுத்து வைத்து தன் இதமான மார்பில் சாய்த்து ஆறுதல் படுத்துவதற்கு, பாவம் அவள் இங்கில்லை. அந்த நாட்டிலும், கிராமத்திலும் பொன்னின் மதிப்பை இன்றும் உணர்ந்த அவனுடைய அம்மா, அதன் ஆதாயத்தை இன்னும் மறக்காத அம்மா, தங்கம் என்றால் என்ன என்று தெரிந்துவைத்திருந்த அவனுடைய அம்மா, இப்போது உறைகுளிர் வாட்டும் சமாதியில் துயில்கொண்டிருக்கிறாள்.

எர்னெஸ்ட் ஹெமிங்வே (1899 - 1961)

உலகப் புகழ்பெற்ற அமெரிக்க எழுத்தாளர். 'போருக்கு விடை கொடுப்போம்', 'யாருக்காக மணி ஒலிக்கிறது?', 'கடலும் கிழவனும்' ஆகிய செவ்வியல் நாவல்களும் அவரது சிறுகதைகள் பலவும் இன்றும் தொடர்ந்து வாசிக்கப் படுகின்றன. ஹெமிங்வே இராணுவத்தில் பணிபுரிந்தவர். விளையாட்டு வீரர். வேட்டையாடுபவர். நேரடியான உரை நடை, நேர்த்தியான உரையாடல்கள், சுருங்கச் சித்தரித்தல் ஆகிய நுட்பங்களே இன்றும் கவனிக்கச் செய்கின்றன. இலக்கியத்துக்கான நோபல் பரிசு வென்ற ஹெமிங்வேயின் கதைகள், நாவல்கள் உலகின் பல மொழிகளிலும் மொழியாக்கம் செய்யப்பட்டுள்ளன.

5
மழையில் நனையும் பூனை

அந்த விடுதியில் தங்கியிருந்தவர்களில் இருவர் மட்டுமே அமெரிக்கர்கள். அறைக்குச் செல்லும்போதும் வரும்போதும் கடந்துசெல்ல நேரும் எவரையும் அவர்களுக்குத் தெரியாது. அவர்கள் தங்கியிருந்த அறை இரண்டாவது தளத்தில் கடலைப் பார்த்தபடி இருந்தது. பொதுமக்களுக்கான பூங்காவையும் போர் நினைவுச் சின்னத்தையும் பார்த்தபடியும் அமைந்திருந்தது. பூங்காவில் பெரிய பனைமரங்களும் பச்சை பெஞ்சுகளும் இருந்தன. நல்ல சீதோஷ்ணநிலை இருக்கும் போதெல்லாம் ஓவியச் சட்டகத்துடன் ஓவியன் அங்கிருப்பான். பனைமரங்கள் வளரும் விதத்தையும் தோட்டத்தையும் கடலையும் பார்த்தபடியிருக்கும் விடுதிகளின் பிரகாசமான வண்ணங்களையும் ஓவியர்கள் விரும்பினார்கள். போர் நினைவுச் சின்னத்தைக் காண்பதற்கென இத்தாலியர்கள் தொலைதூரத்திலிருந்து வந்தனர். மழை பெய்துகொண்டிருந்தது. பனைமரங்களிலிருந்து மழைத்துளிகள் சொட்டின. கற்கள் இட்டு நிரப்பப்பட்ட பாதையில் சிறு குட்டைகளாகத் தேங்கி நின்றது தண்ணீர். மழையின் நடுவே கடல் ஒரு நீண்ட கோடாக உடைந்து கரையை நோக்கி நழுவி வந்து பின் மேலெழுந்து மீண்டும் மழையில் கோடாக உடைந்தது. போர் நினைவுச் சின்னத்துக்கு அருகிலிருந்த சதுக்கத்திலிருந்து வாகனங்கள் சென்றுவிட்டன. சதுக்கத்துக்கு மறுபுறம்

தேநீரகத்தின் வாசலில் நின்றிருந்த பரிசாரகன் வெறுமையாக இருந்த சதுக்கத்தை பார்த்துக்கொண்டிருந்தான்.

ஜன்னலருகே நின்று வெளியே பார்த்துக்கொண்டிருந்தாள் அமெரிக்க மனைவி. அந்த ஜன்னலுக்கு நேர் கீழே வெளியில் மழை நீர் சொட்டி நின்ற பச்சை பெஞ்சுகளின் ஒன்றின் அடியில் பதுங்கி நின்றிருந்தது ஒரு பூனை. சொட்டும் துளிகளில் நனைந்துவிடாமலிருக்க வேண்டி ஒதுங்கி நிற்க முயன்றது.

"கீழே போய் அந்தப் பூனையை எடுத்து வருகிறேன்" என்றாள் அமெரிக்க மனைவி.

"நான் எடுத்து வருகிறேன்" படுக்கையில் படுத்திருந்த கணவன் முன்வந்தான்.

"வேண்டாம். நானே போகிறேன். பாவம் அந்தப் பூனை நனையாமல் இருப்பதற்காக சிரமப்படுகிறது."

கீழே விழுந்துவிடாமலிருக்க படுக்கையின் கால்மாட்டில் இரண்டு தலையணைகளை அடுக்கி அதன் மீது படுத்திருந்த கணவன் தொடர்ந்து படிக்கலானான்.

"நனைந்துவிடாதே" என்றான்.

மனைவி தரைத்தளத்துக்குச் சென்றாள். அலுவலகத்தை அவள் கடந்து செல்கையில் விடுதியின் முதலாளி எழுந்து நின்று குனிந்து அவளுக்கு வணக்கம் சொன்னார். அலுவலகத்தின் கடைசியில் இருந்தது அவரது மேசை. உயரமான முதியவர் அவர்.

"மழை பெய்கிறது" என்றாள் அவள். விடுதியின் முதலாளியை அவளுக்குப் பிடித்திருந்தது.

"ஆமாம், அம்மணி. மோசமான பருவநிலை."

ஒளிமங்கிய அறையின் கடைக்கோடியில் தனது இருக்கைக்குப் பின்னால் நின்றிருந்தார் அவர். அவளுக்கு அவரைப்

பிடித்திருந்தது. எந்தவொரு புகாரையும் மிகுந்த தீவிரத்துடன் அவர் கேட்டுக்கொள்ளும் விதம் அவளுக்குப் பிடித்திருந்தது. அவளுக்குப் பணிவிடை செய்ய விரும்பும் அவரது பாங்கு பிடித்திருந்தது. விடுதியின் முதலாளியாக இருப்பதைக் குறித்த அவரது எண்ணம் அவளுக்குப் பிடித்திருந்தது. முதிர்ந்த, கனிந்த அவரது முகமும் பெரிய கைகளும் அவளுக்குப் பிடித்திருந்தது.

அவரை விரும்பியவாறே கதவைத் திறந்து வெளியே பார்த்தாள். கனத்த மழை. கைகளில்லாத ரப்பர் உடுப்பை அணிந்திருந்த ஒருவன் காலியான சதுக்கத்தைக் கடந்து தேநீரகத்துக்குச் சென்றான். வலதுபக்கத்தில்தான் பூனை இருக்கவேண்டும். தாழ்வாரத்துக்குக் கீழே நடந்துசெல்ல வேண்டும். கதவருகில் நின்றிருந்தபோது அவளுக்குப் பின்னால் குடை ஒன்று விரிந்தது. அவர்களது அறையை கவனித்துக்கொள்ளும் பணிப்பெண்தான்.

"நீங்கள் நனைந்துவிடக்கூடாது" புன்னகையுடன் இத்தாலிய மொழியில் சொன்னாள். விடுதியின் முதலாளிதான் அவளை அனுப்பியிருக்கிறார்.

அவளது தலைக்கு மேலாக பணிப்பெண் குடையைப் பிடித்திருக்க கல் நிரப்பிய பாதையின் வழியாக தங்களது அறையின் ஜன்னலுக்குக் கீழே வரும் வரையில் நடந்தாள். அந்த இடத்தில், மழையில் நனைந்து ஒளிரும் பச்சையில் மேசை இருந்தது. ஆனால், பூனையைக் காணவில்லை. திடீரென அவள் ஏமாற்றமடைந்தாள். பணிப்பெண் அவளை ஏறிட்டாள்.

"எதையோ தேடுகிறீர்களா, அம்மா?"

"இங்கே ஒரு பூனை இருந்தது" என்றாள் அமெரிக்கப் பெண்.

"பூனையா?"

"ஆமாம். ஒரு பூனை."

"பூனையா?" பணிப்பெண் சிரித்தாள் "மழையில் நனையும் பூனை?"

"ஆமாம்" என்றாள் அவள் "மேசையின் அடியில்..." பிறகு சொன்னாள் "அது எனக்கு வேண்டுமென்று நினைத்தேன். எனக்கு அந்தப் பூனை வேண்டும்."

ஆங்கிலத்தில் அவள் பேசியபோது பணிப்பெண்ணின் முகம் இறுகியது.

"வாருங்கள் அம்மா. உள்ளே போகலாம். நீங்கள் நனைந்து விடுவீர்கள்" என்றாள்.

"நானும் அப்படித்தான் நினைக்கிறேன்" அமெரிக்கப் பெண்ணும் சொன்னாள்.

கல்பாவிய பாதையின் வழியாக சென்ற அவர்கள் கதவை அடைந்தனர். குடையை மடக்குவதற்காக பணிப்பெண் வெளியே நின்றாள். அமெரிக்கப் பெண் அலுவலகத்தைக் கடந்து செல்கையில் விடுதியின் முதலாளி இருக்கைக்குப் பின்னிருந்து தலைவணங்கினார். அந்தப் பெண் தனக்குள் அற்பமானதாகவும் இறுக்கமானதாகவும் ஏதோவொன்றை உணர்ந்தாள். விடுதியின் முதலாளி அவளை மிக அற்பமானவளாகவும் அதே சமயத்தில் உண்மையில் முக்கியமானவளாகவும் உணரச் செய்தார். மிகுந்த முக்கியத்துவம் வாய்ந்தவள் என்ற கணநேர எண்ணம் அவளுக்கு ஏற்பட்டது. அறைக் கதவைத் திறந்தாள். ஜார்ஜ் வாசித்தபடி படுக்கையில் படுத்திருந்தான்.

"பூனை கிடைத்ததா?" புத்தகத்தை கீழே போட்டுவிட்டு கேட்டான்.

"அது போய்விட்டது."

"அது எங்கே போயிருக்கிறதோ?" வாசிப்பதிலிருந்து கண்களுக்கு ஓய்வுகொடுத்துவிட்டு சொன்னான்.

படுக்கையில் அமர்ந்தாள்.

"அதை மிகவும் வேண்டினேன்" என்றாள் "எதற்கு அதை மிகவும் வேண்டினேன் என்று தெரியவில்லை. பாவமான அந்தப் பூனை எனக்கு வேண்டும் என்று நினைத்தேன். பாவப்பட்ட ஒரு பூனை மழையில் நனைவது என்பதில் வேடிக்கையாக எதுவும் இருக்கிறதா?"

ஜார்ஜ் மீண்டும் வாசிக்கத் தொடங்கினான்.

அவள் எழுந்து சென்று அலங்கார மேசையின் கண்ணாடிக்கு முன்னால் உட்கார்ந்து கைக் கண்ணாடியைக் கொண்டு தன்னைப் பார்த்தாள். முதலில் ஒரு பக்கமாகவும் பிறகு இன்னொரு பக்கமாகவும் தனது பக்கவாட்டுத் தோற்றத்தைப் பார்த்தாள். பிறகு கழுத்துக்கும் தலைக்கும் பின்னால் தனது தோற்றத்தைப் பரிசோதித்தாள்.

"என் கூந்தலை நீளமாக வளர்த்தால் நன்றாக இருக்கும் என்று நீ நினைக்கவிலையா?" தனது தோற்றத்தைப் பார்த்தபடியே அவள் கேட்டாள்.

பையனைப்போல கூந்தல் நறுக்கப்பட்டிருந்த அவளது புறங்கழுத்தை தலைதூக்கிப் பார்த்தான் ஜார்ஜ்.

"இப்போது இருப்பதுதான் எனக்குப் பிடித்திருக்கிறது."

"எனக்கு சலித்துவிட்டது" என்றாள் "பார்ப்பதற்கு பையனைப் போல இருப்பது எனக்கு சலித்துப்போனது."

படுக்கையில் புரண்டு படுத்தான் ஜார்ஜ். அவள் பேசத் தொடங்கிய பிறகு அவளிடமிருந்து தன் பார்வையை அவன் திருப்பவேயில்லை.

"நீ அழகாக இருக்கிறாய்" என்றான்.

அலங்கார மேசையில் கண்ணாடியை வைத்துவிட்டு ஜன்னலருகே சென்று வெளியே பார்த்தாள். இருட்டிக் கொண்டிருந்தது.

"என் கூந்தலை நேர்த்தியாகவும் உறுதியாகவும் பின்னால் இழுத்து பெரிய கொண்டை போட்டுக்கொள்ளவேண்டும். பின்னால் அது இருப்பதை நான் உணரவேண்டும் என்று விரும்புகிறேன்" என்றாள். "என் மடியில் உட்கார்த்தி வைக்க ஒரு பூனைக் குட்டி வேண்டும். அதை நான் தடவும்போது நெளியவேண்டும்."

"அப்படியா?" படுக்கையிலிருந்தபடியே கேட்டான் ஜார்ஜ்.

"மெழுகுவர்த்திகள் எரிந்துகொண்டிருக்க எனக்கே எனக்கான வெள்ளிக் கரண்டியுடன் மேசையில் அமர்ந்து உணவருந்த வேண்டும். முன்பனிக் காலத்தில் கண்ணாடியின் முன்னால் நின்று கூந்தலை வாரிக்கொள்ளவேண்டும். எனக்கொரு பூனைக்குட்டி வேண்டும். புதிய உடைகளை வாங்கிக்கொள்ள வேண்டும்."

"போதும். வாயை மூடு. எதையாவது எடுத்துப் படி" என்ற ஜார்ஜ் மீண்டும் வாசிக்கலானான்.

அவனுடைய மனைவி ஜன்னல் வழியாக வெளியே பார்த்துக் கொண்டிருந்தாள். இப்போது நன்றாக இருட்டியிருக்க பனை மரங்களின் மீது இன்னும் மழை பொழிந்துகொண்டிருந்தது.

"என்னவானாலும் சரி, எனக்கொரு பூனை வேண்டும்" என்றாள் அவள் "எனக்கு பூனை வேண்டும். இப்போதே வேண்டும். கூந்தலை நீளமாக வளர்த்துக்கொள்ளக்கூடாது என்றால் வேறெந்த சந்தோஷமும் இல்லையென்றால், நான் ஒரு பூனையாவது வைத்துக்கொள்ளலாம்."

ஜார்ஜ் கவனிக்கவில்லை. அவன் புத்தகத்தை வாசித்துக் கொண்டிருந்தான். சதுக்கத்தின் மேல் வெளிச்சத்தை விழச் செய்த ஜன்னலின் வழியாக அவனது மனைவி வெளியே பார்த்துக்கொண்டிருந்தாள்.

யாரோ கதவைத் தட்டினார்கள்.

"யாரு?" புத்தகத்திலிருந்து பார்வையை விலக்கி ஜார்ஜ் கேட்டான்.

கதவருகே பணிப்பெண் நின்றிருந்தாள். ஒரு பெரிய பூனையை தனது உடலுடன் சேர்த்துப் பிடித்திருந்த அவள் அதை அப்படியே தரையில் தவழவிட்டாள்.

"தவறாக நினைக்கவேண்டாம். அம்மாவுக்காக முதலாளி இதைக் கொண்டுவந்து தரச்சொன்னார்" என்றாள் அவள்.

எட்கர் கெரெத் *(1967)*

இஸ்ரேலைச் சேர்ந்தவர். அவர் சிறுகதைகளுக்காகவும் குறுங்கதைகளுக்காவும் அதிகமும் அறியப்பட்டவர்.

பெரும்பாலானவை ஆங்கிலத்திலும், மற்ற மொழிகளிலும் மொழியாக்கம் செய்யப்பட்டிருக்கின்றன. அவரது விருப்பமான அராபிய மொழியிலும் புத்தகங்கள் வந்திருக்கின்றன.

பத்துக்கும் மேற்பட்ட கதைத் தொகுப்புகள் வெளி வந்துள்ளன. 'நீள்முடிகொண்ட பூனைமனிதன் கிளப்' என்ற குழந்தை புத்தகமும், 'ஏழு நீண்ட வருடங்கள்' என்ற சுயசரிதைப் புத்தகமும் வந்திருக்கின்றன. பிரபலமான ஜெல்லிமீன் போன்ற திரைப்படத்துக்கும், பல தொலைக்காட்சி படங்கள் / தொடர்களுக்கு கதை / திரைக்கதை எழுதியுள்ளார்.

6
வெளியே

ஊரடங்கு விலக்கப்பட்டு மூன்று நாட்களுக்குப் பிறகும் வீட்டை விட்டு வெளியே செல்ல யாரும் திட்டமிடவில்லை என்பது தெளிவாகத் தெரிந்தது. இன்னவென்று தெரியாத காரணங்களினால், உள்ளுக்குள்ளேயே தனித்தோ அல்லது தம் குடும்பத்தினருடனோ அடைந்து கிடக்கவே மக்கள் விரும்பினர். பிற அனைவரிடமிருந்தும் விலகியிருப்பதே மகிழ்ச்சி என்று வெறுமனே நினைத்திருக்கலாம். வேலைக்குச் செல்லாமல், வணிக வளாகங்களுக்குச் செல்லாமல், காபி சாப்பிட்டபடி நண்பர்களைச் சந்தித்து அளவளாமல், உங்களுடன் யோகா வகுப்புக்கு வரும் யாரோ ஒருவர் சாலையில் சந்தித்து எதிர் பாராமலும் தேவையில்லாமலும் தரும் அழைப்பில்லாமல் வீட்டுக்குள்ளேயே நீண்ட காலத்தை கழித்துவிட்டமையால் இப்போது அனைவருக்குமே அது பழகிப்போய்விட்டது.

சூழலுக்குப் பழகிக்கொள்ளும்பொருட்டு இன்னும் சில நாட்களை அரசாங்கம் அனுமதித்தபோதும் எதுவும் மாறப் போவதில்லை என்பது தெளிவான சமயத்தில் அவர்களுக்கு வேறு வழியிருக்கவில்லை. காவல்துறையும் பாதுகாப்புப் படைகளும் வீடு வீடாக கதவைத் தட்டி மக்களை வெளியே வருமாறு உத்தரவிடத் தொடங்கினர்.

நூற்று இருபது நாட்கள் தனிமைப்படுத்தப்பட்ட பிறகு பிழைப்புக்கு நீங்கள் என்ன செய்துகொண்டிருந்தீர்கள் என்பதை

ஞாபகத்தில் வைத்துக்கொள்வது அவ்வளவு எளிதல்ல. நீங்கள் முயற்சி செய்யாமல் இல்லை என்று கிடையாது. அதிகாரத் துடனான பிரச்சினைகளினால் சினம்கொண்ட ஏராளமான ஆட்கள் தொடர்பான ஏதோவொன்று. பள்ளிக்கூடமா? இல்லை சிறைச்சாலையா? மீசை அரும்பத் தொடங்கியிருக்கும் ஒல்லியான ஒரு சிறுவன் உங்களை நோக்கி ஒரு கல்லை எறிந்ததாய் மங்கலான ஒரு நினைவு. ஏதேனும் ஒரு இல்லத்தில் சமூகச் செயல்பாட்டாளராக இருந்தீர்களா?

உங்களது வீட்டுக்கு வெளியே உள்ள நடைபாதையில் நின்றிருக் கிறீர்கள். உங்களை வெளியேற்றிய படைவீரர்கள் நகர்ந்து செல்லும்படி உங்களுக்கு சைகை காட்டுகிறார்கள். நீங்களும் அவ்வாறே நடக்கிறீர்கள். ஆனால் நீங்கள் எங்கே செல்கிறீர்கள் என்பதைப் பற்றி உங்களுக்கு நிச்சயமில்லை. நிலைமை சீராகும் வகையில் ஏதேனும் உதவி கிடைக்கும் என்ற எண்ணத்துடன் உங்களது அலைபேசியை நீங்கள் தடவுகிறீர்கள். முந்தைய சந்திப்புகள், தவறிய அழைப்புகள், உங்களது குறிப்பேட்டில் உள்ள முகவரிகள். உங்களைக் கடந்து மக்கள் பதற்றத்துடன் செல்கிறார்கள். சிலர் உண்மையிலேயே செய்வதறியாது திகைத்தவர்களாய் தென்படுகிறார்கள். எங்கே செல்லவேண்டும் என்று அவர்களுக்கு நினைவில்லை. அப்படியே நினைவுக்கு வந்தபோதிலும் அந்த இடத்துக்கு எப்படி சென்று சேர்வதென்றோ வழியில் என்ன செய்யவேண்டும் என்றோ அவர்களுக்குத் தெரியவில்லை.

சிகரெட் ஒன்றைப் புகைத்திட தவிக்கிறீர்கள். ஆனால் இருந்தவற்றை வீட்டிலேயே விட்டுவிட்டு வந்துவிட்டீர்கள். வீட்டுக்குள் அதிரடியாய் நுழைந்து உடனே புறப்படும்படி படைவீரர்கள் உங்களைப் பார்த்து கத்திய சமயத்தில் சாவியையும் பர்ஸையும் எடுத்துக்கொள்ளக்கூட நேரம் இருக்கவில்லை. வெயிலுக்கு அணியும் கண்ணாடியை மறந்துவிட்டீர்கள். மீண்டும் வீட்டுக்குள் செல்ல முயலலாம். ஆனால் படைவீரர்கள் இன்னும் இங்குதான் சுற்றிக்கொண்டிருக்கிறார்கள். அண்டை வீட்டுக் கதவை

பொறுமையின்றி தட்டிக் கொண்டிருக்கிறார்கள். எனவே, மூலையில் இருக்கும் கடைக்கு நடந்து செல்கிறீர்கள். உங்களது பர்ஸில் ஒரு ஐந்து ரூபாய் நாணயம் மட்டுமே இருப்பது அப்போதுதான் தெரிகிறது. கடையிலிருந்த உயரமான, வேர்வை வாடை கொண்டிருந்த இளைஞன் உங்களிடம் தந்த சிகரெட் பெட்டியை பிடுங்கிக்கொள்கிறான் "உங்களுக்காக இதை வைத்திருக்கிறேன்." கடனட்டையைக் கொண்டு காசு செலுத்தலாமா என்று அவனிடம் நீங்கள் கேட்டபோது ஏதோ நகைச்சுவைத் துணுக்கைச் சொன்னதுபோல புன்னகைக் கிறான். உங்களிடமிருந்து சிகரெட் பெட்டியை பிடுங்கியபோது எலியைப் போல ரோமம்கொண்ட அவனது கை உங்கள் மீது உரசுகிறது. எவரேனும் ஒருவர் உங்களைத் தொட்டு நூற்றி இருபது நாட்கள் ஆகிவிட்டன.

உங்களது மார்பு படபடக்கிறது. உங்களது மூச்சு சீரற்று தவிக்கிறது. உங்களால் அதை கடந்துவிடமுடியுமா என்று உத்தரவாதமாகத் தெரியவில்லை. ஏ.டி.எம் மின் அருகில் அழுக்கான உடைகளை அணிந்த ஒருவன் அமர்ந்திருக்கிறான். அருகே ஒரு தகரக் குவளை. இதுபோன்ற நிலைமையில் என்ன செய்யவேண்டும் என்பது உங்களுக்கு நினைவிருக்கிறது. வேகமாக அவனைக் கடந்து போகிறீர்கள். இரண்டு நாட்களாக ஒன்றுமே சாப்பிடவில்லை என்று கரகரத்த குரலில் உங்களிடம் அவன் சொல்லும்போது, அவன் கண்களைப் பார்ப்பதைத் தவிர்க்கும் பொருட்டு தேர்ந்த ஒரு நிபுணனைப்போல எதிர் திசையில் வெறிக்கிறீர்கள். பயப்படுவதற்கு ஒன்றுமில்லை. இருசக்கர வாகனத்தை ஓட்டுவது போன்றதுதான். எல்லாவற்றையும் உடல் நினைவில் வைத்திருக்க, தனித்திருக்கும்போது இளகிப்போயிருந்த இதயம் சில நொடிகளுக்குள்ளாகவே மீண்டும் இறுகிவிடும்.

ஆர்தர் சி கிளார்க் *(1917 - 2008)*

பிரிட்டிஷ் அறிவியல் புனைகதையாளர். 25க்கும் மேற்பட்ட நாவல்கள், 15க்கும் அதிகமான சிறுகதைத் தொகுப்புகள், எண்ணற்ற அறிவியல் கட்டுரை நூல்கள் ஆகியன வெளி வந்துள்ளன. அவரது திரைக்கதையில் 1968ஆம் ஆண்டு வெளியான '2001 - எ ஸ்பேஸ் ஒடிசி' திரைப்படம் இன்றும் சினிமா வரலாற்றில் குறிப்பிடத்தக்க ஒன்றாகக் கருதப் படுகிறது.

7
கண்காணிப்பாளன்

தென் திசை வானின் முகட்டில் அடுத்த முறை நீங்கள் முழுநிலவைப் பார்க்கும்போது அதன் வலதுபுற ஓரத்தை கவனமாய் பாருங்கள். உங்கள் கண்கள் நிலவின் வளை கோட்டில் மேற்புறமாய் நகரட்டும். இரண்டு மணி சுமாருக்கு சிறியதொரு கருத்த நீள்வட்டத்தைக் காணமுடியும். சாதாரணப் பார்வைத் திறன் கொண்ட எவரும் எளிதில் பார்க்க முடியும். நிலவில் உள்ள மிகச் சிறிய, சுவர்கள் சூழ்ந்த அந்த சமவெளி மரே கிரேஸியம் (அபாயங்களின் கடல்) என்றறியப்படுகிறது. 300 மைல்கள் குறுக்களவு கொண்ட அது அபாரமான மலைத் தொடரால் முற்றிலும் சூழப்பட்டுள்ளது. 1996ஆம் ஆண்டின் கோடைப் பருவத்தின் பிற்பகுதியில் நாங்கள் சென்று சேரும் வரை அது கண்டறியப்படாத ஒன்றாகவே இருந்தது.

எங்கள் பயணம் மிக நீண்ட ஒன்று. 500 மைல் தொலைவிலிருந்த மரே செரேனிடேடஸில் உள்ள முதன்மை நிலவு தளத்திலிருந்து எங்களுக்குத் தேவையான உணவுப் பொருட்களையும் தளவாடங்களையும் கொண்டு வருவதற்கென்று இரண்டு கனரக சரக்கு ராக்கெட்டுகள் இருந்தன. இவை தவிர எங்களது சமவெளி வாகனங்கள் கடக்கவியலாத குறைந்த தொலைவு பகுதிகளுக்கென மூன்று சிறிய ராக்கெட்டுகளும் இருந்தன. அதிர்ஷ்டவசமாக மரே கிரேஸியத்தின் பெரும்பான்மையான பகுதிகளும் சமதளமே. பிற எந்தப் பகுதிகளிலும் பொதுவாகக்

காணப்படுகிற பயங்கர பாதாளங்களோ பெரும் குன்றுகளோ மலைகளோ இல்லை. எங்களது பலம் பொருந்திய கேட்டர் பில்லர் டிராக்டர்களால் நாங்கள் செல்ல விரும்பும் இடங்களுக்கெல்லாம் எங்களை சுலபமாகக் கொண்டு செல்ல முடிந்தது என்பதைக் குறிப்பிடவேண்டும்.

நானொரு நிலவியலாளன். சந்திரனின் இருண்ட தென் பிரதேசத்தை கண்டறியும் குழுவின் பொறுப்பாளன். சில கோடி ஆண்டுகளுக்கு முன்பு பழமையான சமுத்திரமாக இருந்த பகுதியின் கரையோரமாக மலைகளின் அடிவாரங்களைச் சுற்றிக்கொண்டு ஒரு வார காலத்தில் நூறு மைல்களுக்கு மேலான தூரத்தைக் கடந்திருந்தோம். பூமியில் உயிரினங்கள் தோன்றத் தொடங்கிய போது இங்கு ஏற்கனவே உயிரினங்கள் மடிந்துகொண்டிருந்தன. பிரமாண்டமான மலைச் சிகரங்களில் தண்ணீர் முழுவதும் வழிந்து நிலவின் மையத்தில் தேங்கியது. நாங்கள் கடந்துகொண்டிருக்கும் இந்தப் பிரதேசம் ஒருகாலத்தில் அரை மைல் ஆழம் கொண்ட அலையற்ற கடல் பரப்பாக இருந்தது. சூரிய கிரணங்கள் நுழைந்திராத இருட் குகையில் எப்போதேனும் படர்ந்திருப்பது போன்ற சாம்பல் பனியின் மெல்லிய அடையாளம் மட்டுமே இப்போது எஞ்சியுள்ளது.

நிலவின் சாவகாசமான விடியலின் தொடக்கத்திலேயே பயணத்தைத் துவக்கிவிட்டோம். இரவு மீண்டும் கவிவதற்கு பூமியின் காலஅளவுப்படி இன்னும் ஒரு வார காலம் ஆகலாம். ஒருநாளில் ஆறேழு முறையாவது விண்வெளி உடுப்பணிந்து விண்கலத்தைவிட்டு வெளியேறுவோம். அபூர்வமான தாதுக்களை சேகரிப்பதற்கோ அல்லது பின்னாளில் வரவிருக்கும் பயணிகளின் வழிகாட்டுதலுக்கு அடையாளங்களை நிறுவுவதற்கோ என்று ஏதேனும் வேலையில் ஈடுபட்டிருப்போம். எந்த சுவாரஸ்யமுமற்ற வழக்கமான பணி அது. நிலவெளி ஆராய்ச்சிப் பயணத்தில் ஆபத்து என்று எதுவுமில்லை; குறிப்பிடும்படியான குதூகலமும் இல்லை. எங்களது விண்கலத்துக்குள் ஒரு மாத காலம் வரை வசதியாக நாங்கள் உட்கார்ந்துகொள்ள முடியும். ஏதேனும்

பிரச்சினை என்றாலும் உதவி கோர தொலை தொடர்பு கருவிகள் எந்த நேரமும் கைவசமுண்டு. விண்கலங்களில் ஏதேனும் ஒன்று எங்களைக் காப்பாற்ற வந்து சேரும் வரை பேசாமல் உட்கார்ந்துவிட முடியும்.

நிலவாராய்ச்சிப் பயணத்தில் சுவாரஸ்யம் எதுவுமில்லை என்று இப்போதுதான் சொன்னேன். ஆனால் உண்மை அதுவல்ல. பூமியின் சாதாரண மலைகளைக் காட்டிலும் முரட்டு தோற்றம்கொண்ட அற்புதமான மலைகளை காண்பதில் அலுப்பே ஏற்படாது. மறைந்த அந்தக் கடலின் எஞ்சிய நிலப்பகுதிகளிலும், கரைகளிலும் சுற்றிக் கொண்டிருக்கும்போது என்ன மாதிரியான எதிர்பாராத அற்புதங்களைக் காண நேரிடும் என்பது எங்களுக்குத் தெரியாது. மரே கிரேஸியத்தின் ஒட்டுமொத்த தென்வட்டப் பகுதியுமே ஒரு காலத்தில் கடல் நோக்கி ஓடிய நதிகளின் பரந்த கழிமுகமாக இருந்திருக்க வேண்டும். சந்திரனின் இளம் பருவத்தில், எரிமலை ஆண்டுகளின் தொடக்கத்தில், மலைமுகடுகளை மோதி நனைத்த கடும் மழையினால் அந்த நதிகள் நிறைந்து பெருக்கெடுத்திருக்க வேண்டும். பழமையான இந்தப் பள்ளத்தாக்குகள் ஒவ்வொன்றும் அவற்றுக்கு அப்பால் உள்ள அறியாத நிலப்பகுதிகளை நோக்கி மேலேறத் தூண்டுகிற வசீகரமான அழைப்புகளேயாகும். ஆனால் நாங்கள் இன்னும் நூறு மைல் தூரத்தை கடக்க வேண்டும் என்பதால் வேறு யாராவது தொட்டுவிடக்கூடிய அந்த சிகரங்களை ஏக்கத்துடன் பார்த்துக்கொண்டிருக்கவே முடியும்.

எங்களுடைய விண்கலத்துள் பூமியின் நேரத்தை அமைத் திருந்தோம். சரியாக 22.00 மணிக்கு எங்களுடைய கடைசிச் செய்தி பூமியில் உள்ள கட்டுப்பாட்டுத் தளத்துக்கு அனுப்பப் பட்டவுடன் எங்களின் அன்றைய பணி முடிவடையும். விண்கலத்துக்கு வெளியே நேராக இறங்கும் சூரியனின் வெப்பக் கதிர்களால் பாறைகள் இன்னும் கொதித்துக்கொண்டிருக்கும் வேளை, அடுத்த 8 மணி நேரத்திற்கு பிறகு நாங்கள் விழித்தெழும் வரை, எங்களுக்கு இரவுதான். பின்னர் எங்களில்

ஒருவர் காலை உணவு தயாரிப்போம். மின் சவரக் கருவியின் சத்தம் எழும். பூமியில் உள்ள வானொலியை யாரேனும் முடுக்கியிருப்பார். பதார்த்தங்கள் வறுபடும் வாசனை எங்கள் அறையில் நிறைந்திருக்கும். அம்மாதிரி நேரங்களில் நாங்கள் சொந்த பூமியில் இல்லை என்று நம்புவதே கடினமாக இருக்கும். எல்லாமே இயல்பானதாகவும் வீட்டுக்குள் இருப்பது போலவுமிருக்கும். எடை குறைவு குறித்த உணர்வும், பொருள் விழும்போது உள்ள அசாதாரண வேகமின்மையுமே விதிவிலக்கு.

கலத்தில் சமையலுக்கென்று ஒதுக்கப்பட்ட மூலையில் இன்று சிற்றுண்டி தயாரிக்க வேண்டியது என் முறை. இன்று இத்தனை ஆண்டுகளாகியும் அந்தத் தருணத்தை மிகத் துல்லியமாக என்னால் நினைவுகூற முடிகிறது. வானொலியில் எனக்கு மிகப் பிடித்தமான, ஓல்டு வெல்ஸ் தொகுப்பிலுள்ள 'டேவிட் ஆப் தி வொயிட், ராக்' என்ற மெல்லிசைப் பாடல் ஒலித்துக்கொண்டிருந்தது.

விண்கலத்தின் தடங்களை சோதித்துக் கொண்டிருந்தான் கவச உடையுடனிருந்த வான்கலத்தின் செலுத்துநர். விண்கலத்தின் முன்பகுதியில் எனது உதவியாளன் லூயி கார்னர் நேற்று முடிக்கப்படாத சில பதிவுகளை எழுதிக் கொண்டிருந்தான்.

விண்வெளியின் குடும்பப் பெண்ணாய் பதார்த்தம் பொன்னிற மாய் வறுபடவென வாணலியைப் பார்த்துக் கொண்டு நின்றிருந்தேன். கிழக்கும் மேற்குமாய் நிலவின் வளைகோடுகளை மறைத்து தென் பகுதியை முழுக்க ஆக்கிரமித்திருந்த மலைத் தொடர்களின் விளிம்பில் கண்களை மெல்ல ஓடவிட்டேன். விண்கலத்திலிருந்து அவை மிக அருகாமையிலிருப்பது போலத் தோன்றினாலும்கூட எனக்குத் தெரியும் அதன் மிக அருகாமை மலைகூட 20 மைல் தள்ளியே உள்ளது.

அந்த மலைகள் பத்தாயிரம் அடி உயரம் கொண்டவை. சமதளத்திலிருந்து செங்குத்தாக மேலெழுந்து நிற்கும் அவை பல்லாயிரம் ஆண்டுகளுக்குமுன் ஏதோவொரு நிலத்தடிக்

கொந்தளிப்பின்போது உருகிய மேலோட்டின் வழியே வானத்தை நோக்கி மேலெறியப்பட்டவை போலிருக்கின்றன. மிக அருகிலுள்ள அடிவாரம்கூட சமதளத்தின் அபாய வளைவினைக் கொண்ட நிலப்பகுதியினால் கண்ணுக்குத் தெரிவதில்லை சந்திரனின் பரப்பு மிகச் சிறியதுதான் என்றாலும் நான் இருக்கும் இடத்திலிருந்து இரண்டு மைல் தொலைவில்தான் உள்ளது.

எந்த மனிதனாலும் இதுவரை கொடிநடமுடியாத சிகரங்களை நோக்கி கண்களை உயர்த்தினேன். நிலத்தில் உயிர்கள் தோன்றுவதற்கு முன்பு பின்வாங்கும் சமுத்திரங்கள் உலகின் நம்பிக்கையையும், விடிவதற்கான உத்தரவாதத்தையும் எடுத்துக்கொண்டு மௌனமாய் தங்களின் கல்லறைக்குள் சரணடைவதைக் கண்ட அந்த சிகரங்களில் வெயிலின் கிரணங்கள் கண்களைச் கூசச் செய்தபடி மோதித் தெறிக்கின்றன. அவ்வாறிருந்தும் அங்கிருந்து கொஞ்சம் மேலே பூமியின் குளிர்கால வானத்தைவிட அடர்ந்த வானில் நட்சத்திரங்கள் நின்று ஒளிர்கின்றன.

திரும்பவும் கண்களை மீட்பதற்கு முன்புதான் அது என் பார்வையில் பட்டது. மேற்கு திசையில் முப்பது மைல்களுக்கும் அப்பால் கடலுக்குள்ளிருந்து பிதுங்கி நின்ற நிலப்பகுதியொன்றின் விளிம்பின் உயரே மின்னியது அது. பரிமாணங்களற்ற ஒரு ஒளிப்புள்ளி அது. பிரகாசமான நட்சத்திரம் ஒன்றை கொடூரச் சிகரங்கள் வானிலிருந்து பறித்து நிறுத்தியது போலிருந்தது. ஏதோவொரு வழுவழுப்பான பாறை சூரிய ஒளியை வாங்கி என் கண்ணுக்குள் நேரடியாகப் பாய்ச்சுகிறதென்று நான் நினைத்தேன். அவ்வப்போது இதுபோல் நடப்பதுண்டு. நிலவு வளர்பிறையிலிருக்கும்போது மலைத் தொடர்களின் சரிவுகளிலும் பள்ளங்களிலும் சூரிய ஒளி மோதுவதால் வெண்மையும் நீலமுமான ஒரு நிற ஜாலம் ஒளிர்ந்து மின்னுவதை பூமியிலிருந்து காண முடியும். இப்போது தொலைவில் மின்னும் அந்தப் பொருள் என்னவென்று அறிய ஆவல் கொண்டு நான் கூர்நோக்கு தளத்திற்கு சென்று டெலஸ்கோப்பை அந்த திசையில் சுழலவிட்டேன்.

என் கண்ணில் தெரிந்தது எனக்கு பெருத்த ஏமாற்றத்தைத் தந்தது. தெளிவாகவும் துல்லியமாகவும் பார்க்க முடிந்தபோதும் அந்தப் பொருள் இன்னதுதான் என்று தீர்மானிக்க முடியவில்லை. அதுவொரு கனசெவ்வக அமைப்பிலும் அது இருத்தப்பட்ட இடம் சமதளமாகவும் இருந்தது. மின்னும் அந்தப் புதிரை கண்வலிக்க வெகு நேரம் உற்றுப் பார்த்துக் கொண்டிருந்த என்னை ஏதோ ஒரு பொருள் வெகு அருகில் கருகும் வாசனை திசை திருப்பியது. கோடிக்கணக்கான மைல்கள் கடந்து கொண்டுவந்த சிற்றுண்டி வீணாகியிருந்தது.

மேற்கு மலைகள் வானில் உயர்ந்திருக்க மரேகிரேஸியத்தில் அன்று காலை முழுவதும் நாங்கள் விவாதித்துக்கொண்டிருந்தோம். விண்வெளி உடையில் மிதந்துகொண்டிருக்கும்போதுகூட ரேடியோ மூலமாக உரையாடல் தொடர்ந்தது. ஒருபோதும் நிலவில் எந்த வடிவத்திலும் உயிர்கள் இருந்ததில்லையென்று என் சகபயணிகள் சொன்னார்கள். அதிகபட்சம் இங்கு இருந்ததெல்லாம் ஒருவகை தாவர இனமும் அவற்றின் மூதாதைய மிச்சங்களுமே. இதை நான் அறிவேன். பிறரும் அறிவார்கள். எனினும் ஒரு விஞ்ஞானி தன்னையே முட்டாளாக்கிக் கொள்ளத் தயங்காத சில தருணங்களையும் எதிர்கொள்ளத்தான் வேண்டும்.

முடிவில் நான் சொன்னேன் "இதோ பாருங்கள்... என் திருப்திக்காக நான் அங்கு போகத்தான் போகிறேன். அந்த மலை 12000 அடிக்கும் குறைவான உயரம் கொண்டதுதான். பூமியின் ஈர்ப்பு விசையில் 2000 அடிதான் இருக்கும். மொத்தமாக 20 மணி நேரத்தில் பயணத்தை முடித்துவிட முடியும். தவிர மலையேறுவது எனக்கொன்றும் புதிதான விஷயமில்லையே."

"நீ தலை சிதறி விழாமல் திரும்பினால் நாம் பூமியை அடைந்ததும் அனைவரின் கேலிக்கும் ஆளாகப் போவது நீயாகத்தான் இருக்கும். அதன் பின் அந்த மலையை அனைவரும் உன் பெயரிட்டு அழைக்கக்கூடும்" கார்னெட் சொன்னான்.

“எனக்கு ஒன்றும் நேராது” உறுதியாக சொன்னேன். “பிகோ, ஹெலிகான் சிகரங்களை முதலில் தொட்டது யாரென்று தெரியுமில்லையா?”

“ஆனால் அப்போது நீ இன்னும் இளைஞனில்லையா?” லூயிஸ் கேட்டான்.

ஆமோதிப்பது போல நான் சொன்னேன் “அந்த ஒரு காரணமே இப்போதும் பொருந்தும்.”

விண்கலத்தை அந்த மலையின் அடிவாரத்துக்கு ஒரு மைல் தொலைவில் கொண்டு நிறுத்திவிட்டு அன்று சீக்கிரமே தூங்கிவிட்டோம். மறுநாள் காலையில் கார்னெட்டும் என்னுடன் வந்தான். மலையேறுவதில் அவன் திறமைசாலி. முன்பே இதுபோன்ற துணிகர பயணங்களில் என்னுடன் வந்திருக்கிறான். ஓட்டுநன் விண்கலத்தைப் பார்த்துக்கொள்ளும் பொறுப்பை சந்தோஷத்துடன் ஏற்றுக்கொண்டான்.

முதலில் பார்க்கும்போது அச்சிகரங்கள் முற்றிலும அடைய முடியாதவையாகவே தோன்றின. ஆனால் உயரபயம் இல்லாத எவரும், சாதாரண எடையில் ஆறு பங்கு எடையே உள்ள இந்த உலகில் மலையேறுவது கடினமேயல்ல. வான்வெளி மலையேற்றத்தின் உண்மையான அபாயம் மிகையான தன்னம்பிக்கைதான். நிலவில் *600* அடி உயரத்திலிருந்து விழுவது பூமியில், நூறடி உயரத்திலிருந்து தவறி விழுவதற்கு ஒப்பாகும் ஆளைக் கொன்றுவிடும்.

தரையிலிருந்து *4000* அடி உயரத்தில் அகலமான ஒரு மலைத் தடுக்கில் சற்று ஓய்வெடுத்தோம். மலையேறுவது அவ்வளவு சிரமமாக இருக்கவில்லை. ஆனால் பழக்கப்படாத இந்த முயற்சியினால் மூட்டுகள் களைப்படைந்திருந்தன. ஓய்வெடுக்க விரும்பினேன். விண்கலத்தை சிகரத்தின் அடிவாரத்தில் ஒரு சிறிய உலோகத்துணுக்காகப் பார்க்க முடிந்தது. எங்களது அடுத்த கட்ட பயணத்தைத் தொடங்குவதற்கு முன்பு ஓட்டுநரிடம் தகவல் தெரிவித்தோம்.

விண்வெளி உடுப்பினுள் சௌகர்யமான குளிர் இருந்தது. அதன் குளிர்பதன நுண்கருவிகள் சுட்டெரிக்கும் வெயிலை எதிர்த்து எங்களது உடல் வெப்பத்தையும் வெளியேற்றிக்கொண்டிருந்தது. இருவரும் மிக சொற்பமாகவே பேசிக்கொண்டோம். மலையேறுவது குறித்த திட்டங்களையும், எந்த விதமான மலையேற்றம் பயனுள்ளதாக அமையும் என்ற திட்டங்களையும் மட்டுமே விவாதித்துக்கொண்டோம். கிரானைட் என்ன நினைத்துக்கொண்டிருக்கிறான் என்று என்னால் ஊகிக்க முடியவில்லை. ஒருவேளை அவன் கால்வைத்த ஒரு முட்டாள்தனமான முயற்சி இதுவாகத்தானிருக்கும் எனக்கும் அதில் பாதி உடன்பாடுதான் என்றாலும் மலையேற்றத்தில் உள்ள குதூகலமும், இந்த அபாயப் பாதையில் இதுவரை எவரும் கால்வைக்கவில்லை என்பதும் கண்முன்னால் திடமாக நீளும் சமவெளிகளும் எனக்குத் தேவையான புத்துணர்வை கொண்டிருந்தன.

முப்பது மைல் தொலைவிலிருந்து டெலஸ்கோப் வழியாக முதலில் பெரும் பாறையொன்றை கவனித்தபோது நான் அவ்வளவாய் உற்சாகமடையவில்லை என்றே சொல்ல வேண்டும். தலைக்கு மேல் உயரத்தில் சமன்பட்டிருந்த அந்த வெளியில்தான், என்னை இந்தப் பாலையினூடாக கவர்ந்திழுத்து வந்த அந்த பொருள் இருக்க வேண்டும். நிச்சயமாக அது, பல்லாயிரம் ஆண்டுகளுக்கு முன்பு எரி நட்சத்திரம் ஒன்று விழுந்தபோது தெறித்து விழுந்த பெரும் பாறைத்துண்டாகவே இருக்கும். கலையாத, கறைபடாத இந்த அமைதியில் அது இன்னும் புதிதாகவும் ஒளி மங்காமலும் கிடக்கவேண்டும்.

பாறையில் பற்றிக்கொள்ள ஏதுவான பிடியெதுவும் கிடைக் காததால் கிரெப்னெல்லை உபயோகப்படுத்த வேண்டியிருந்தது. மூன்று கரம் கொண்ட அந்த இரும்பு நங்கூரத்தை தலையைச் சுற்றி நட்சத்திரங்களை நோக்கி நான் எறிந்தபோது களைத்திருந்த எனது புஜங்கள் புதிய பலத்தைப் பெற்றன. முதல் முறை பிடியெதுவும் கிடைக்காது அது மெல்ல கீழே

விழுந்தது. மூன்றாவது தடவை உறுதியாய் அது எதையோ பற்றிக்கொள்ள எங்களது ஒன்று சேர்ந்த எடையும்கூட அதை அசைக்க முடியவில்லை.

கார்னெட் என்னை ஆவலுடன் பார்த்தான். என் தலை கவசத்தின் கண்ணாடி வழியே அவனைப் பார்த்து புன்னகைத்தேன். பின் மெதுவாகவே ஏறத் தொடங்கினேன்.

கவச உடையுடன் சேர்த்தே நான் இங்கு நாற்பதுபவுண்ட் எடைமட்டுமே இருந்தால் கால்களை உபயோகிக்காமல் கைகளை மட்டும் மாற்றி மாற்றி உபயோகித்து. மேலேற முடிந்தது. மலை விளிம்பொன்றில் சற்று நிதானித்து என் உடன் பயணிக்கு கையசைத்தேன். பின் மேலே ஏறி நிமிர்ந்து எதிரில் பார்த்தேன்.

இந்த நிமிடம் வரை அந்த இடத்தில் விநோதமாக எதையும் பார்க்கப் போவதில்லை என்று முழுமையாக நான் நம்பினேன் என்பதை நீங்கள் அறிவீர்கள். ஏறக்குறைய அப்படித்தான். ஆனால் முற்றிலுமாக இல்லை. இதுவரை என்னைத் துளைத்துக்கொண்டிருந்த அந்த சந்தேகமே இதுவரை இழுத்து வந்திருக்கிறது. இப்போது சந்தேகமேயில்லை.

நூறு அடி பரப்புள்ள ஒரு வெளியில் நான் நின்றுகொண்டிருந் தேன். முன்பு அது சமதளமாக இருந்திருக்க வேண்டும். எரி நட்சத்திரங்கள் விழுந்து பல யுகங்களாக அதைச் சிதறடித்துக் கீறியிருந்தன. என்னைப்போல இரண்டு மடங்கு உயரமுடைய ஏறக்குறைய பிரமீடு போன்றதொரு அமைப்பைக் கொண்ட ஒளிவீசி மின்னும் ஒரு பொருளை நிறுவுவதற்கென அது சமப்படுத்தப்பட்டிருந்தது. பட்டை தீட்டப்பட்ட பிரமாண்டமான ரத்தினம்போல் அது பாறையின் மீது ஒளிவீசிக்கொண்டிருந்தது.

அந்த முதல் சில விநாடிகளில் என்மனதில் எந்தவொரு உணர்ச்சியும் ஏற்படவில்லை என்றே சொல்ல வேண்டும். அதன் பின்பே என் இதயம் பலமாகத் துடிப்பதையும் ஒரு

பெரும் சந்தோஷம் என்னை நிறைத்திருப்பதையும் உணர்ந்தேன். நிலவை நேசிப்பவன் நான். இங்குள்ள உயிரினங்கள் படரும் ஒரு வகை பாசி மட்டுமல்ல என்பது எனக்குத் தெரியும். நிலவை முதலில் கண்டறிந்தவர்களின் பழைய, மதிக்கப்படாத கனவு உண்மைதான். சந்திரனில் மனித வாழ்க்கை இருந்துள்ளது. அதைக் கண்டறிந்தவன் நான். ஒரு நூறுகோடி ஆண்டுகள் தாமதித்து வந்தது குறித்து எனக்கு வருத்தமெதுவும் இல்லை. இப்போதாவது வந்து சேர்ந்ததே போதுமானதாயிருந்தது.

மனம் தணிந்ததும் நிலைமையை பகுத்தறிந்து கேள்விகள் கேட்கத் தொடங்கியது. என் எதிரில் இருக்கும் இது ஒரு கட்டடமா? ஒரு கோவிலா? அல்லது என் மொழியில் பெயரில்லாத ஒன்றா? கட்டடம் என்றால் யாரும் வந்தடைய முடியாத வண்ணம் இங்கு ஏன் கட்டப்பட்டிருக்கிறது? அதுவொரு கோவிலாக இருக்கும் பட்சத்தில், மறையும் கடல்களுக்கிடையில் தங்களை ரட்சிக்க வேண்டி நிலவின் உயிரினங்கள் நிகழ்த்தும் சில பிரார்த்தனைகளுடன் தங்கள் கடவுள்களை வீணில் அழைக்கும் காட்சிகளை என்னால் கற்பனை செய்துகொள்ள முடிகிறது.

இன்னும் சில தப்படிகள் முன்னால் சென்று நெருங்கி அதை ஆராய நினைத்தேன். ஆனால் ஒரு எச்சரிக்கை உணர்வு நெருங்கவிடாமல் தடுத்தது. புதைபொருள் ஆராய்ச்சி குறித்து எனக்கு இருந்த சிற்றறிவின் துணைகொண்டு, இந்தப் பரப்பை சமன்செய்து ஒளிரும் இந்தப் பளிங்கு மாளிகையை கட்டியெழுப்பிய அந்த நாகரிகத்தின் கலாச்சாரத்தையும் அதன் காலத்தையும் ஊகித்தறிய முயன்றேன்.

இந்த மூதாதைய கட்டட வல்லுனர்கள் உபயோகித்த அபூர்வ கட்டடப் பொருட்கள் தங்கள் கைவசமிருந்திருந்தால் எகிப்தியர்கள் இதைக் கட்டியிருக்க வாய்ப்புண்டு. அளவில் சிறியதான அதை மனித இனத்தைவிட மேம்பட்ட ஒரு இனத்தினரால் கட்டியிருக்க முடியும் என்று தோன்றவில்லை. நிலவில் புத்திக்கூர்மைமிக்க இனம் ஒன்று இருந்திருக்கிறது

என்பதே கூட என்னால் செரித்துக்கொள்ள முடியாத விஷயமாகத் தோன்றியது. அவ்வாறென்றாலும் அப்படி ஒரு அவமானத்தை ஏற்றுக்கொள்ளவும் என் சுயமரியாதை இடம் கொடுத்திருக்காது.

என் புறங்கழுத்தில் ஒரு இனம்புரியாத நுட்பமான ஒரு குறுகுறுப்பை உணர்ந்தேன். நான் ஏற்கனவே குறிப்பிட்டேன். அச் சமதளம் எரிநட்சத்திரங்களால் கீறப்பட்டிருந்தது. காற்றின் குறுக்கீடில்லாத எந்தவொரு இடத்திலும் படிந்துவிடக்கூடிய பிரபஞ்சத் தூசியினால் அப்பரப்பு மூடப்பட்டிருந்தது. என்றாலும் பிரபஞ்சத் தூசியும், எரிநட்சத்திரக் கீறல்களும் அந்த பிரமீடு அமைப்பைச் சுற்றிய ஒரு வட்டத்திற்குள்ளாகவே திடுமென நின்றுவிட்டிருந்தன. காலத்தின் சிதைவுகளில் இருந்தும், வான்வெளியின் இடைவிடாத மெல்லிய தாக்குதல் களிலிருந்தும் தன்னை காத்துக்கொள்ள கண்ணுக்குத் தெரியாத ஒரு சுவரை எழுப்பிக் கொண்டது போலிருந்தது அது.

யாரோ என் செவிபேசியில் கத்திக்கொண்டிருப்பதை உணர்ந்தேன். கார்னெட் வெகு நேரமாகவே என்னை அழைத்துக்கொண்டிருந்தான். சிகரத்தின் விளிம்புக்கு தடுமாற்றத்துடன் நகர்ந்து அவனை அழைத்தேன். என்னால் பேச முடியும் என்பதையே நான் நம்பவில்லை. பின்பு தூசியமைத்த வட்டத்தை நோக்கி நடந்தேன். உடைந்த கல்லொன்றை எடுத்து ஜொலிக்கும் அந்த அமைப்பின் மீது எறிந்தேன். எறியப்பட்ட அந்தக்கல் கண்ணுக்குத் தெரியாத தடையில் மோதிக் கரைந்திருந்தால் ஆச்சரியப்பட்டிருக்க மாட்டேன்.

ஆனால் அது அந்த மென்மையான அரைக்கோள வெளியின் மீது மோதி பின்பு கீழே விழுந்தது. மனித குலத்தின் இதுவரையிலுமான பழம்பெரும் அதிசயத்தை, எதுவொன்றும் ஈடுசெய்ய முடியாத ஒரு அற்புதத்தையே நான் பார்த்துக்கொண்டிருக்கிறேன் என்று அப்போது தான் உணர்ந்தேன். இது கட்டடம் அல்ல; ஒரு இயந்திரம்.

எப்போதைக்குமான இருப்புக்கு எதிரான சவால்களை சமாளித்து நிற்கிற ஒரு இயந்திரம். அந்த சக்திகள், அவை எதுவாக இருப்பினும், இப்போதும்கூட இயங்கியபடியே இருக்கலாம். ஏற்கனவே மிக நெருங்கி வந்துவிட்டேன். ஒருகணம் கடந்த நூற்றாண்டில் மனிதன் எதிர்கொண்டு வென்ற கதிர்வீச்சுகள் அனைத்தையும் நினைத்துப் பார்த்தேன் எனக்குத் தெரிந்துவிட்டது. பாதுகாக்கப்பட்ட அணுக்குவியல் ஒன்றின் உறைந்த அமைதியான ஒளியில், இனி மாற்றி எழுத முடியாத தீர்ப்பென, நான் கால்வைத்து விட்டதை உணர்ந்தேன்.

பின்பு கார்னெட்டை திரும்பிப் பார்த்தேன். அருகில் அசைவேது மின்றி நின்றிருந்தான். ஏதுமறியாதவன் போல் நிற்பதை உணர்ந்து அவனை தொந்தரவு செய்யாமல் எண்ணங்களை ஒருமுகப்படுத்திக்கொள்ளும் பொருட்டு சிகரத்தின் விளிம்புக்கு நகர்ந்தேன். கீழே தொலைவில் மரே கிரேஸியம் தெரிந்தது. பெரும்பாலோருக்கு விநோதமானதாயும் மர்மமானதாயுமிருந்த அது, எனக்கு மிகப் பரிச்சயமானதாயிருந்தது. நட்சத்திரத் தொட்டிலில் பிறையென தெரிந்த பூமியைப் பார்த்தேன். காலம் அறியாத இம்மகத்தான கட்டுநர்கள் தங்களின் காரியத்தை முடித்தபோது மேகங்கள் திரையிட்டிருக்கக்கூடும். கரியமிலவாயுவில் எரிபடும் கானகம் இதுதானா? உலகின் முதல் நீர்நில உயிர்கள் தரையை வெற்றிகொள்ள ஊர்ந்த கடற்கரை இதுதானா? அல்லது அதற்கும் முன் உயிர்கள் தோன்றுமுன் இருந்த நீண்ட தனிமையா?

மிகத் தெளிவாக என் கண்முன் உள்ள உண்மையை இன்னும் ஏன் தீர்மானிக்கவில்லை எனக் கேட்கலாம். ஒளிரும் இந்த அருவம் நிலவின் கடந்தகால இனமொன்றைச் சேர்ந்த சிலரால் அமைக்கப்பட்டிருக்கவேண்டுமென, என் கண்டுபிடிப்பின் உடனடி உற்சாகத்தில் நம்பினேன். ஆனால் அதையும் மீறி திடீரென்று பீறிட்டெழும் வேகத்துடன் வேறொரு எண்ணமும் தோன்றியது இந்த நிலவுக்கு நான் எவ்வளவு அந்நியமோ அதேயளவு இந்த அருவமும் அந்நியமானதுதான்.

நிலவை அறிந்த இந்த 20 வருடங்களில், சந்ததிகளற்ற சில தாவர இனங்களைத் தவிர இங்கு வேறெந்த உயிர் தடயங்களையும் நாங்கள் கண்டதேயில்லை. சந்திர மண்டலத்தில் எந்தவொரு நாகரிகமும் அதன் விதி எத்தகையதானாலும் தன் இருப்பிற்கான குறைந்தபட்ச தடயங்கள் எதையும் விட்டுப்போயிருக்கவில்லை.

பளபளக்கும் அந்த பிரமீட்டை மறுபடியும் பார்த்தேன். வேறெதிலுமிருந்து அது தொலைவில் இருந்தது போலவேதான் நிலவில் இருந்தும் அது தொலைவில் இருந்தது. சட்டென்று உற்சாகத்தினாலும் உணர்ச்சி வசத்திலும் தோன்றிய பித்துக் குளித்தனமான அபத்த சிரிப்பொன்றினால் உலுக்கப்பட்டதை உணர்ந்தேன்.

மன்னிக்கவும். இங்கு நானே எனக்கு புதியவன்தான்? அந்த குட்டி பிரமீடு என்னிடம் சொல்வது போலிருந்தது கண்ணுக்குத் தெரியாத அந்தக் கவசத்தை உடைத்த கண்ணாடி சுவருக்குள்ளிருந்த எந்திரத்தை அடைய எங்களுக்கு 20 வருடங்கள் பிடித்தன. ஆற்றல்மிக்க அணுவிசையைக் கொண்டுதான் அதை உடைக்க முடிந்தது. மலைகளின் மீது நான் கண்ட அந்த அழகான மினுமினுக்கும் துண்டுகளை பார்த்ததை இப்போது என்னால் புரிந்துகொள்ள முடியவில்லை.

அவை பொருளற்றவை. அந்த பிரமீடின் எந்திர நுட்பங்கள் - அவை அவ்வாறிருக்கும் பட்சத்தில் - நம் எல்லைக்கும் அப்பால் இருக்கும் ஒரு தொழில்நுட்பம் சார்ந்ததாகும். ஒருவேளை அபௌதிக சக்திகளுக்கானதாயும் இருக்கலாம்.

பிரபஞ்சத்திலேயே அறிவுஜீவி உயிர்களின் புகலிடம் பூமி மட்டும்தான். பிற கிரகங்களையெல்லாம் கண்டறிந்துவிட்ட நிலையில் இதை உறுதியாக சொல்ல முடிந்த அதேசமயம், இதோகண்ணெதிரில் நிற்கும் இந்த மர்மம் எங்களைத் துளைக்கிறது. பூமியின் மறைந்த எந்தவொரு நாகரிக இனமும்கூட இவ்வமைப்பை கட்டியெழுப்பியிருக்க முடியாது. ஏனெனில் படிந்து கிடந்த எரிநட்சத்திர புழுதியின் மூலம் அதன் காலத்தை அனுமானிக்கமுடிந்தது. பூமியில் உயிர்கள்

தோன்றுவதற்கு பல ஆண்டுகள் முன்பே இந்த மலையின்மீது எழுப்பப்பட்டு விட்டது.

நமது உலகம் இப்போதுள்ள ஆயுளில் பாதியாய் இருந்தபோது நட்சத்திரங்களில் எதுவோ ஒன்று சூரிய அமைப்பின் வழியாக நழுவி விழுந்தபோது இச்சின்னத்தை ஞாபகார்த்தமாய் இருத்திவிட்டு தன்வழி போய்விட்டது. நாங்கள் அழிக்கும் நிமிடம் வரை அது தன் கடமையை செவ்வனே நிறைவேற்றிக் கொண்டுதானிருந்தது.

அதன் கடமை என்னவென்பது குறித்த என் ஊகம் இது. பால் வீதியில், ஒரு நூறாயிரம் கோடி நட்சத்திரங்கள் சுற்றிக் கொண்டிருக்கின்றன. இப்போது வந்தடைந்துள்ள இந்த உயரங்களை முன்னொரு காலத்தில் மற்ற சூரியன்களின் மற்ற உலகங்களைச் சேர்ந்த வேறு இனங்கள் தொட்டுக்கடந்திருக்க வேண்டும். ஒன்றிரண்டு உலகங்களில் மட்டுமே உயிர்கள் தோன்றியிருந்த பிஞ்சுப் பிரபஞ்சத்தின் நாகரிகங்களையும் அவற்றின் தலைவர்களையும் குறித்து யோசித்துப் பாருங்கள். கற்பனைக்கெட்டாத ஒரு கொடுந்தனிமையை கொண்டிருந்திருப்பார்கள். நினைப்பதை எவரிடமும் பகிர்ந்துகொள்ள முடியாத நிலையில் முடிவின்மையை வெறித்துக்கொண்டிருக்கும் கடவுளர்களின் தனிமை அது. அவர்கள், கிரகங்களை நாம் ஆராய்வதுபோல் நட்சத்திரக் குழுமங்களை ஆராய்ந்திருக்க வேண்டும். எங்கும் உலகங்கள் இருந்திருக்கும்; அவை யாருமற்ற வெறுமையுடன் அல்லது மூளையற்றுத் தவழும் உயிர்களுடன் இருந்திருக்கும். பூமிகூட அவ்வாறுதான் இருந்திருக்கும். புளூட்டோவை அடுத்த கடல் பாதாளத்திலிருந்து வந்த முதல் கலத்திலிருந்து மக்கள் பூமியில் காலடி வைத்தபோது பெரும் எரிமலைகளிலிருந்து புகை கிளம்பி வானத்தை கறைபடியச் செய்துகொண்டிருந்தது. மனித வாழ்வு எப்படியும் எதையும் செய்யப் போவதில்லை என்றறிந்து உறைந்த பிற உலகங்களை அக்கலம் கடந்து வந்திருந்தது. உட்புற கிரகங்களுக்கு வந்து ஓய்வெடுத்தது. சூரிய நெருப்பில் சூடேற்றிக்கொண்டு தங்கள் கதை தொடங்கக் காத்திருந்தது.

இக் கலத்திலிருந்த நாடோடிகள் பூமியைப் பார்த்திருக்க வேண்டும். பனிவெளிக்கும் நெருப்பிற்குமான குறுகிய இடைவெளியில் பாதுகாப்பாய் உலவிக்கொண்டிருந்த பூமி, சூரியக் குழந்தைகளில் மிக செல்லமானதென ஊகித்திருக்க வேண்டும். இனி வரும் காலத்தில் இங்குதான் அறிவு ஜீவித்தனம் திளைக்கும் என்றும் நம்பியிருந்த அவர்களின் முன்னால் அறியப்பட இன்னும் எண்ணற்ற நட்சத்திரங்கள் இருந்ததாலும், மீண்டும் இப்பாதையில் அவர்கள் வர வாய்ப்பின்றி போகலாம் என்பதாலும் அவர்கள் ஒரு கண்காணிப்பாளனை விட்டுச் சென்றனர். உயிர்கள் இருக்க சாத்தியமான உலகங்களை எல்லாம் கண்காணிக்கும் பொருட்டு பிரபஞ்சமெங்கும் அவர்கள் உலவவிட்ட கோடிக்கணக்கான கண்காணிப்பாளர்களில் ஒன்றுதான் இங்கு நிற்பது. தன்னை யாரும் கண்டறியவில்லை என்ற உண்மையை காலங்காலமாக இந்தக் காவல் இயந்திரம் பொறுமையுடன் சமிக்ஞை அனுப்பியபடி நின்றுகொண்டிருந்தது.

இந்தக் கண்ணாடி பிரமீடு பூமியில் இல்லாமல் நிலவில் ஏன் நிறுவப்பட்டது என்று இப்போது நீங்கள் புரிந்து கொண்டிருக்கக்கூடும். இதை நிறுவியவர்கள் அடிமைத்தனத்தில் இன்னும் உழன்றுகொண்டிருக்கும் இனங்களைக் குறித்து கவலைப்படவில்லை. நமது தொட்டிலான பூமியிலிருந்து தப்பி விண்வெளியைக் கடப்பதன் மூலம் உயிர் வாழ்தலுக்கான நம் தகுதியை நிரூபிக்கும் போதுதான் அவர்கள் நமது நாகரிகம் குறித்து ஆர்வம் கொள்வார்கள். என்றைக்கு இருந்தாலும் எல்லா அறிவுஜீவி இனங்களும் இந்த சவாலை எதிர் கொண்டுதான் ஆகவேண்டும். இது ஒரு இரட்டைச் சவால். ஏனெனில் அணு சக்தியின் ஆக்கிரமிப்பையும் வாழ்வுக்கும் சாவுக்குமான இறுதித்தேர்வினையும் சார்ந்ததொரு சவால் இது. இந்தச் சிக்கலைக்கடந்து விட்ட பின் நிற்கும் இந்தப் பிரமீட்டைக் கண்டுபிடித்து திறப்பதென்பது அவ்வளவு கடினமான விஷயமல்ல.

அதன் சமிக்ஞைகள் இப்போது முடக்கப்பட்டுவிட்டன. எனவே 'அவர்கள்' இப்போது பூமியின் மீது கவனத்தைத்

திருப்பியிருப்பார்கள். நமது இளம் நாகரிகத்துக்கு அவர்கள் உதவ விரும்பக்கூடும். ஆனால் அவர்களோ மிகுந்த வயதானவர்களாயிருப்பார்கள். வயதானவர்களுக்கு எப்போதும் இளைஞர்கள் மீது பைத்தியக்காரத்தனமான பொறாமை இருக்கும். நட்சத்திரங்களை பொதிந்து வைத்துள்ள மேகக் கூட்டத்திலிருந்து எந்த நேரமும் அந்த ரகசியத் தூதுவர்கள் வரக்கூடும் என்ற எதிர்பார்ப்பின்றி பால் வீதியை இப்போது என்னால் பார்க்க முடியவில்லை.

பொதுவாக நீங்கள் உவமைகளைப் பொறுத்துக் கொள்வீர்கள் என்றால் இவ்வாறு சொல்லலாம். நெருப்புக்கான எச்சரிக்கை மணியை பொருத்தியாகி விட்ட பின்பு காத்திருப்பதைத் தவிர செய்வதற்கு வேறொன்றுமில்லை.

நாம் நிரம்பக் காத்திருக்க வேண்டும் என்று நான் நினைக்கவில்லை.

ஆன்டன் செகாவ் *(1860 - 1904)*

உலகப் புகழ் பெற்ற ரஷ்ய சிறுகதையாளர். நாடக ஆசிரியர். தொடர்ந்து பல தலைமுறை எழுத்தாளர்களுக்கும் முன்னோடியாக விளங்குகிறார். நவீன சிறுகதைக்கும் நாடகத்துக்குமான தொடக்கமாக அவரைக் கருத முடியும். தொழில்முறை மருத்துவரான அவர் எழுத்தை இரண்டாம் பட்சமாகவே கருதினார். 500க்கும் மேற்பட்ட அவரது சிறுகதைகள் தொடர்ந்து இன்றுவரை உலக மொழிகளில் மொழிபெயர்க்கப்பட்டு வருகின்றன.

8
நரம்பிசைக் கருவியுடன் ஒரு காதல்

இளவரசி பிப்லோவின் பண்ணை மாளிகையில் மாலையில் நடக்கவுள்ள நிச்சயதார்த்த விழாவில் ஏற்பாடு செய்யப் பட்டிருக்கும் இசை நடன நிகழ்ச்சிக்கு இசைக் கலைஞனான போவின்ஸ்கி நகரத்திலிருந்து சென்றுகொண்டிருந்தான். அவன் முதுகில் நரம்பிசைக் கருவியைக் (டபுள் பேஸ்) கொண்டிருக்கும் பெரியதொரு தோல்பெட்டியை சுமந்திருந்தான். கம்பீரமாக இல்லையென்றாலும் எழிலுடன் குளிர்ச்சியான தண்ணீர் சலசலத்தோடிய நதியோரமாய் போவின்ஸ்கி நடந்தான்.

திடீரென அவனுக்கு அந்த எண்ணம் எழுந்தது "இந்த ஆற்றில் நீந்தினால் என்ன?"

மறுயோசனையே இல்லாமல் உடைகளைக் களைந்துவிட்டு குளிர்ந்த நீரோட்டத்தில் தன் உடலை அமிழ்த்தினான். அற்புதமான மாலைப்பொழுது. போவின்ஸ்கியின் இதயம் தன்னைச் சுற்றியிருந்த சூழலின் இசைவுக்கேற்ப ஒத்திசையத் தொடங்கியிருந்தது. ஆனால், நீந்தியபடியே நூறடித் தொலைவுக்குச் சென்றபோது ஆற்றின் சரிவில் அமர்ந்து மீன்பிடித்துக்கொண்டிருந்த அழகியைக் கண்டதும் அவனுடைய ஆன்மாவை இனியதோர் உணர்ச்சி கவ்விக்கொண்டது.

குழந்தைப் பருவ நினைவுகள், கடந்த காலத்தின் வலிமிகுந்த ஆர்வம், விழித்துக்கொண்ட காதலுணர்வு என விநோதமான உணர்ச்சிகள் அவன் எண்ணத்தில் எழுந்தபோது மூச்செடுக்க மறந்து உறைந்துபோனான் அவன். கடவுளே! இனியும் ஒரு முறை காதலிக்க இயலாது என்பதை அவன் உணர்ந்திருந்தான். அவன் உளமார விரும்பிய தன் மனைவி, பசூன் என்ற துளைக்கருவியை இசைக்கும் கலைஞனான கர்ஸ்கியுடன் ஓடிப்போய்விட்ட பிறகு மனிதர்களின் மீதே நம்பிக்கை இழந்திருந்த அவனது இதயத்தில் சூனியமே கவிந்திருந்தது. மனிதர்களின் மேல் நம்பிக்கை இழந்தவன் அவன்.

"என்ன வாழ்க்கை இது?" பலமுறை அவன் தன்னைத்தானே கேட்டுக்கொண்டதுண்டு. "எதற்காக நாம் உயிர்வாழ்கிறோம்? வாழ்க்கை என்பது ஒரு மாயை. ஒரு கனவு. ஒருவிதமான அறியாத இடத்திலிருந்து ஒலிக்கும் வேறொரு குரல்."

ஆனால் துயில்கொண்டிருக்கும் அழகியின் முன்னால் (அவள் தூங்கிக்கொண்டிருக்கிறாள் என்று நினைத்துக்கொள்வதே சுலபமாயிருந்தது) தனது விருப்பத்துக்கு மாறாக திடீரென அவன் மனம் காதலை விரும்பியதைப் போல் உணர்ந்தான். சிறிது நேரம் அவள் எதிரிலேயே கண்களால் அவளை வியந்த படியே நின்றிருந்தான்.

"போதும்..." என்று சற்றே கூச்சத்துடன் யோசித்தான் "போய் வருகிறேன், அற்புத தோற்றமே. இளவரசியின் நடன நிகழ்ச்சிக்கு நான் சென்றாகவேண்டும்."

கடைசியாக ஒருமுறை அந்த அழகை தரிசித்துவிட்டு திரும்பவும் நீந்திச் செல்ல நினைத்தபோது அந்த எண்ணம் தோன்றியது.

"என்னை நினைத்துக்கொண்டிருக்கும் அளவுக்கு ஏதேனும் ஒரு பரிசை இவளுக்கு விட்டுச் செல்லவேண்டும்" என்று எண்ணினான். "அவளது தூண்டிலில் ஏதேனுமொன்றை கட்டிவிடவேண்டும், முன்பின் தெரியாத ஆராதகனிடமிருந்து ஒரு ஆச்சரியமாக."

போவின்ஸ்கி ஓசையெழாமல் நீந்திக் கரைக்கு வந்தான். கரையிலும் நீரிலும் இருந்த பூக்களைக்கொண்டு பெரும் மலர்கொத்து ஒன்றைச் சேர்த்து கிழங்குச் செடியைக்கொண்டு கட்டி அதையெடுத்துச் சென்று அவளது தூண்டிலில் பிணைத்தான்.

தூண்டிலின் அழகிய தக்கையையும் சேர்த்து இழுத்துக்கொண்டு மலர்க்கொத்து ஆற்றின் ஆழத்தில் மூழ்கியது.

காரியகாரணமும் இயற்கையின் விதிகளும் நமது நாயகனின் சமூக நிலையும் இந்தக் காதல் காவியத்தை இந்த இடத்திலேயே முடிவுக்குக் கொண்டு வர நிர்ப்பந்திக்கின்றன. ஆனால், ஒரு எழுத்தாளனின் விதி என்பது சமரசமற்றது. எழுத்தாளனின் கைக்கு மீறிய சூழ்நிலைகளால் அந்த மலர்கொத்துடன் அந்தக் காதல் முடிவுக்கு வரவில்லை. பொதுபுத்திக்கும் இயற்கையான நடப்புக்கும் மாறாக பாவப்பட்டவனும் தனித்துவமற்றவனுமான நரம்பிசைக் கருவியை இசைக்கும் கலைஞன் உயர்குடியில் பிறந்த செழிப்பான இந்த அழகியின் வாழ்வில் முக்கியமானதொரு பங்கை ஆற்றவேண்டியுள்ளது.

கரைக்குத் திரும்பியபோது போவின்ஸ்கிக்கு மோசமான ஆச்சரியம் ஒன்று காத்திருந்தது, அவனது துணிகளைக் காணவில்லை. யாரோ எடுத்துப்போய்விட்டார்கள். அழகான இளம் பெண்ணை அவன் ரசித்துக்கொண்டிருந்த சமயத்தில் யாரோ சில திருடர்கள் அவனது இசைக்கருவியையும் தொப்பி யையும் தவிர பிற அனைத்தையும் களவாடிச் சென்றிருந்தனர்.

"நாசமாய் போகட்டும்" போவின்ஸ்கி கத்தினான் "மனிதர் களா நீங்கள். விஷ ஜந்துகள். துணிகளை எடுத்துச் சென்றதைப் பற்றி நான் கவலைப்படவில்லை. (ஆடைகள் உட்பட அனைத்துமே ஆடம்பரம்தான்) ஆனால் பொது அறத்துக்கு பங்கம் விளைவிக்கும் வகையில் நான் நிர்வாண மாக நடந்துசெல்லவேண்டும் என்பதை நினைத்தே கவலையுறுகிறேன்."

அவன் தனது இசைக்கருவி பெட்டியின் மேல் அமர்ந்து இக்கட்டான இந்தச் சூழலிலிருந்து எப்படி வெளியேறுவது என்று யோசித்தான்.

“இளவரசி பிப்லோவின் மாளிகைக்கு நிர்வாணமாகப் போக முடியாது, நிச்சயமாய்” என்றெண்ணினான் போவின்ஸ்கி “அங்கே பெண்கள் வந்திருப்பார்கள். என்னுடைய ஆடைகளோடு சேர்த்து பையில் வைத்திருந்த வில்லுக்குத் தடவும் தைலத்தையும் திருடர்கள் எடுத்துச் சென்று விட்டார்கள்.” வெகுநேரம் அதைப்பற்றி எண்ணி வருந்தியதில் தலை வலித்தது.

“எனக்குத் தெரிந்துவிட்டது” கடைசியாக அவன் யோசித்தான் “ஆற்றங்கரைக்கு பக்கத்தில் புதர் மறைவில் சிறிய பாலம் ஒன்று உள்ளது. இருட்டும் வரையிலும் அந்த பாலத்துக்கு அடியில் உட்கார்ந்திருக்கலாம். சாயங்காலம் இருட்டிய பிறகு அருகில் இருக்கும் ஏதேனும் ஒரு குடிசையைத் தேடிச் செல்லலாம்...”

என்ன செய்வதென்று தீர்மானித்த போவின்ஸ்கி தலையில் தொப்பியை அணிந்துகொண்டு டபுள் பேஸ் பெட்டியை முதுகில் சுமந்தபடி புதர்செறிவுக்குள் தணிந்து மறைந்தான். இசைக்கருவியை முதுகில் சுமந்தபடி நிர்வாணமாக இருந்த அவனது தோற்றம் பண்டைய புராணங்களில் வரும் மனிதெய்வம் போன்றிருந்தது.

இப்போது, தன்மைபொருந்திய வாசகரே, பாலத்துக்கு அடியில் அமர்ந்து துயரில் மூழ்கியிருக்கும் நம் நாயகனை சிறிதுநேரத்துக்கு அங்கேயே விட்டுவிட்டு, மீன்பிடித்துக் கொண்டிருந்த அந்த அழகி என்ன செய்கிறாள் என்று பார்ப்போம். அவளுக்கு என்ன ஆயிற்று? துயிலிலிருந்து விழித்த அவள் நீரின் மேலே தக்கையைக் காணவில்லை என்றதும் தூண்டிலை சுண்டி இழுத்தாள். தூண்டில் எடையுடன் கீழே இழுபட்டபோது தக்கையோ தூண்டில் முள்ளோ நீருக்கு மேலே வரவில்லை. போவின்ஸ்கியின் மலர்கொத்து நீரில் நனைந்து எடையுடன் கீழே இழுத்திருக்கக்கூடும்.

“ஏதேனும் ஒரு பெரிய மீன் மாட்டியிருக்கும் அல்லது தூண்டில் எதிலோ சிக்கியிருக்கவேண்டும்” என்று நினைத்தாள் அந்த இளம் மங்கை.

மீண்டும் சிலமுறை தூண்டிலைச் சுண்டிப் பார்த்த பிறகு அது எதிலோ மாட்டியிருக்கிறது என்று முடிவுக்கு வந்தாள்.

“என்னவொரு சோதனை. இருட்டும்போதுதான் மீன்கள் தூண்டில் புழுக்களைக் கடிக்கும். இப்போது என்ன செய்வது?” யோசித்தாள்.

ஒருநிமிட யோசனைக்குப் பின் ஆர்வமிகுதியுள்ள அவள் மெல்லிய தன் உடைகளைக் கழற்றிப்போட்டுவிட்டு பளிங்கு போன்ற தோள்கள் மூழ்குமளவு நீரில் அமிழ்ந்து நின்றாள். தூண்டில் கயிறோடு சேர்த்துக் கட்டிய மலர்கொத்திலிருந்து தூண்டிலை விடுவிப்பது அத்தனை சுலபமாக இருக்கவில்லையென்றாலும் அவளுடைய பொறுமையும் முயற்சியும் பலனளித்தன. கால்மணி நேரப் போராட்டத்துக்குப் பிறகு மகிழ்ச்சியுடன் முகம் மலர கையில் தூண்டிலைப் பிடித்தபடி நீரிலிருந்து மேலே வந்தாள் அந்த அழகி. ஆனால் குரூரமான விதி கரையில் காத்திருந்தது. போவின்ஸ்கியின் உடைகளைக் களவாடிய அதே திருடர்கள், புழுக்களைப் போட்டு வைத்திருந்த குவளையை மட்டும் விட்டுவிட்டு அவளது உடைகளை எடுத்துச் சென்றிருந்தனர்.

“இப்போது நான் என்ன செய்வேன்?” அழுதாள் அவள். “இந்தக் கோலத்தில் எப்படி வீட்டுக்குப் போகமுடியும்? முடியாது. ஒருபோதும் முடியாது. அதைவிட நான் செத்துப்போவேன். இருட்டும் வரையில் காத்திருப்பேன். அதன் பிறகு அகாஃபியா அத்தையின் வீட்டுக்குச் செல்வேன். அவளை அனுப்பி என் வீட்டிலிருந்து துணிகளை எடுத்து வரச் சொல்வேன். இப்போது அந்த பாலத்துக்குக் கீழே சென்று பதுங்கிக்கொள்வேன்.”

என்னுடைய நாயகி சிறிய அந்த பாலத்துக்குச் செல்லும், உயரமான புற்கள் வளர்ந்து நின்றும் பாதையில் குனிந்தபடியே

நடக்கிறாள். பாலத்துக்குக் கீழே தவழ்ந்தபோது மேடை நடிகர்களைப்போன்று நீண்ட தலைமுடியுடனும் அடர்ந்த முடிகொண்ட மார்புடனும் நிர்வாணமாக ஒரு மனிதன் அங்கிருப்பதைக் கண்டாள். பயந்து அலறியபடி விழுந்து மூர்ச்சையானாள்.

போவின்ஸ்கியும்கூட சற்றே பயந்துதான் போனான். முதலில் அந்தப் பெண்ணைப் பார்த்து ஏதோவொரு நீர்மகள் என்றே நினைத்தான்.

"என்னை மயக்க வந்த நீரணங்கா இவள்?" என்று அவன் யோசித்தான். தனது தோற்றத்தைக் குறித்த மேலான அபிப்ராயங்களைக் கொண்டிருக்கும் நிலையில் அப்படிப்பட்ட எண்ணம் தேவையற்றதாகத் தோன்றியது. "அவள் நீரணங்கு இல்லை பெண்தான் என்றால் அவளுடைய விநோதமான இந்த தோற்றத்தை என்னவென்று புரிந்துகொள்வது? இந்தப் பாலத்துக்குக் கீழே இவள் என்ன செய்கிறாள்? என்ன வாயிற்று?"

இவ்வாறான கேள்விகளுடன் அவன் யோசித்துக்கொண்டிருந்த போது அழகி விழித்தெழுந்தாள்.

"என்னைக் கொன்றுவிடாதே" அவள் தழுதழுத்தாள். "நான்தான் இளவரசி பிபுலோவா. உன்னைக் கெஞ்சிக் கேட்கிறேன். உனக்கு நிறைய பணம் கிடைக்கும். மாட்டிக்கொண்ட என் தூண்டிலை நான் விடுவித்துக்கொண்டிருந்தபோது திருடர்கள் என்னுடைய உடைகளையும் காலணிகளையும் திருடிச் சென்றுவிட்டனர்."

"அருமைப் பெண்ணே. என்னுடைய உடைகளும் திருட்டுப் போய்விட்டன. என்னுடைய கால்சட்டையோடு சேர்த்து என்னுடைய வில்லுக்குத் தடவும் தைலத்தையும் கொண்டு போய்விட்டனர்" என்று மிகுந்த பணிவுடன் சொன்னான்.

டபுள் பேசையோ அல்லது ட்ரோம்போனையோ இசைக்கும் கலைஞர்கள் எப்போதும் அவ்வளவு சமயோசிதர்கள்

கிடையாது. ஆனால் அவ்வாறான விதிக்கு விலக்கானவன் போவின்ஸ்கி.

ஒரு நிமிடத்துக்குப் பின் அவன் சொன்னான் "அழகியே, என்னுடைய தோற்றத்தைக் கண்டு நீ தர்மசங்கடப்படுகிறாய். எந்தக் காரணத்துக்காக இங்கிருந்து நீ வெளியே போக முடியாதோ அதே காரணத்தினால் நானும் வெளியே செல்லமுடியாது. ஆகவே, நான் ஒரு யோசனை கூறுகிறேன், என்னுடைய இந்த டபுள் பேஸ் பெட்டிக்குள் நீ படுத்துக் கொள்கிறாயா? இதனை நான் மூடிவிடுகிறேன். அப்படிச் செய்தால் என்னை நீ பார்க்காமல் இருந்துகொள்ள முடியும்..."

அவ்வாறு சொல்லிவிட்டு பெட்டியிலிருந்து டபுள் பேஸை வெளியில் எடுத்தான். பெட்டியை காலி செய்த அந்த நொடியில் இவ்வாறு செய்வது புனிதமான தன் கலையை அவமதிப்பதாகுமா என்ற எண்ணம் எழுந்தது. ஆனால் அந்தத் தடுமாற்றம் நிலைக்கவில்லை. அழகி பெட்டிக்குள் படுத்து சுருண்டுகொண்டதும் பட்டைகளைக் கொண்டு இறுக்கினான். இப்படிப்பட்ட மேலான சிந்தனையை வழங்கிய இயற்கையை எண்ணி மகிழ்ந்தான்.

"பெண்ணே, இப்போது என்னை நீ பார்க்கமுடியாது. அமைதியாக இதற்குள் நீ படுத்துக்கொள்ளலாம். இருட்டியதும் உன்னை நான் உன் பெற்றோரின் வீட்டுக்குத் தூக்கிச் செல்கிறேன். பிறகு வந்து என்னுடைய இசைக் கருவியை எடுத்துக்கொள்வேன்."

அந்தி மயங்கியவுடன் போவின்ஸ்கி அழகி படுத்திருந்த பெட்டியை தோளில் ஏற்றிக்கொண்டு பிப்லோவின் பண்ணை வீட்டை நோக்கி நடக்கலானான். அருகிலிருக்கும் ஏதேனுமொரு குடிசைக்குச் சென்று உடுப்புகளை வாங்கி அணிந்துகொண்டு பிறகு செல்லலாம் என்பதே அவன் திட்டம்.

"கஷ்டத்திலும் ஒரு நன்மை கிடைத்திருக்கிறது." முதுகில் அழுத்திய சுமையின் காரணமாக குனிந்தபடி வெறும்

கால்களால் புழுதியில் நடந்துகொண்டிருந்தவன் நினைத்தான் "இளவரசியின் வாழ்வில் நான் பங்களித்த இந்தப் புனிதமான காரியத்துக்காக பிப்லோவ் நிச்சயம் எனக்கு தாராளமாய் பரிசளிப்பாள்."

"பெண்ணே, வசதியாக இருக்கிறாயா?" நால்வர் ஆடும் நடனத்துக்கு தன் இணையை அழைக்கும் குதிரை வீரனின் அழைப்புக் குரல் போலிருந்தது அவன் கேட்டது. "சம்பிரதாயமாய் இருக்காதே. உன் வீட்டில் இருப்பதைப்போல நினைத்துக்கொள்."

குதிரைவீரனான போவின்ஸ்கி திடீரென இருட்டினால் தெளிவற்ற நிலையில் தனக்கு முன்னால் இரண்டு உருவங்கள் செல்வதைக் கண்டான். அவர்களை கூர்ந்து பார்த்தான். நிச்சயமாக அது மாயத் தோற்றமல்ல. உண்மையில், இரண்டு உருவங்கள் சாலையில் நடந்துசென்றன. அதுவுமன்றி அவர்கள் மூட்டைகளையும் சுமந்து சென்றனர்.

"இவர்கள்தான் அந்தத் திருடர்களா? எதையோ அவர்கள் தூக்கிக்கொண்டு போகிறார்கள். அது நம்முடைய துணிகளாகத் தான் இருக்கவேண்டும்" என்று அவன் நினைத்தான்.

"பிடியுங்கள். பிடியுங்கள். அவற்றைப் பிடுங்குங்கள்" என அவன் கத்தினான்.

அந்த உருவங்கள் திரும்பிப் பார்த்தன. தாங்கள் துரத்தப்படுவது தெரிந்தவுடன் அவர்கள் ஓடத் தொடங்கினர். ஆட்கள் ஓடுவதும் 'பிடியுங்கள்' என்ற சத்தமும் இளவரசிக்கு வெகு நேரத்துக்குக் கேட்டுக்கொண்டிருந்தது. கடைசியில், சத்தங்கள் அடங்கி எதுவும் கேட்கவில்லை.

துரத்துவதில் போவின்ஸ்கி முழுமூச்சுடன் ஈடுபட்டிருந்தபோது, விதிவசமாக சந்தோஷமான இன்னொரு திருப்பம் நிகழாது போயிருந்தால் சாலையோரத்தில் இருந்த புல்வெளியில் அந்த அழகி நெடுநேரம் பெட்டிக்குள்ளே கிடந்திருக்க நேரிட்டிருந்திருக்கும். சரியாக அதே நேரத்தில் சரியாக அதே

பாதையில் போவின்ஸ்கியின் தோழர்கள், புல்லாங்குழல் வாசிக்கும் ஸ்கட்லாவ்ஸ்கியும் கிளாரினெட் இசைக்கும் கிராண்ட்செஸ்டோவும், பிப்லோவின் பண்ணை வீட்டுக்குச் சென்று கொண்டிருக்க நேர்ந்தது. பாதையில் கிடந்த பெட்டியைக் கண்டதும் அச்சத்துடன் சுற்றுமுற்றும் பார்த்தனர். பிறகு தோள்களைக் குலுக்கிக்கொண்டனர்.

“இதுவொரு டபுள் பேஸ். இது நம்முடைய போவின்ஸ்கி யினுடையதுதான். ஏன் இங்கே கிடக்கிறது?” என்றான் ஸ்கட்லாவ்ஸ்கி.

“போவின்ஸ்கிக்கு என்னவோ ஆகியிருக்கிறது. அவன் குடித்திருக்கவேண்டும் அல்லது அவனிடமிருந்து திருடப் பட்டிருக்கவேண்டும். என்னவானாலும் இதை நாம் இப்படியே விட்டுப்போக முடியாது. இதை எடுத்துச் செல்லலாம்” என்றான் கிராண்ட்செஸ்டோ.

ஸ்கட்லாவ்ஸ்கி பெட்டியை தன் முதுகில் ஏற்றிக்கொண்டதும் இருவரும் நடக்கத் தொடங்கினர்.

“என்ன இப்படி கனக்கிறது?” வழியெல்லாம் புல்லாங்குழல் இசைப்பவன் புலம்பியபடியே வந்தான் “எதைக் கொடுப்பதா யிருந்தாலும் பேய்த்தனமான இந்த கோரமான கருவியை நான் வாசிக்கவே மாட்டேன். அம்மாடி.”

இசைக்கலைஞர்கள் பண்ணைவீட்டை அடைந்ததும், இசை நிகழ்ச்சிக்கென அமைக்கப்பட்ட பகுதியில் அந்தப் பெட்டியை வைத்துவிட்டு உணவருந்த சென்றனர்.

அப்போதே சரவிளக்குகளும் மெழுகுவர்த்திகளும் ஏற்றப் பட்டிருந்தன. அழகும் கம்பீரமும் மிக்க லெகாய்விச், போக்கு வரத்துத் துறையில் பணியாற்றுபவன், மணமகன், கூடத்தின் மத்தியில் கைகளைப் பையில் நுழைத்தபடி இளவரசர் ஃபிளாஸ்கியுடன் உரையாடிக்கொண்டிருந்தார். இசையைப் பற்றி பேசிக்கொண்டிருந்தனர்.

“ஒருமுறை நான் நேபிள்ஸில் இருந்தபோது அதிசயங்களை நிகழ்த்தும் ஒரு வயலின் கலைஞர் தனிப்பட்ட முறையில் எனக்குப் பழக்கமானார். சொன்னால் நீங்கள் நம்பமாட்டீர்கள். அதிலும் டபுள் பேசில். சாதாரணமான ஒரு டபுள் பேசில் அவர் நீண்ட அதிர்வொலியை ஏற்படுத்திக் காட்டுவார். கேட்டால் நீங்கள் அதிர்ந்துவிடுவீர்கள். ஸ்டராசின் சுழல் நடனத்துக்கான வால்ட்ஸ் இசையை அவர் டபுள் பேசிலேயே இசைப்பார்.” இளவரசரால் இதை நம்ப முடியவில்லை “உளறாதீர்கள். சாத்தியமே இல்லை” என்றார் அவர்.

“நான் சொல்வது உண்மை. லிஸ்டினுடைய ரேப்சோடிகளில் ஒன்றையும் கூட வாசித்தார். ஒருமுறை, அவருடன் ஒரே அறையில் தங்க நேர்ந்தபோது, வேறெந்த முக்கியமான வேலையும் இல்லையென்பதால், நரம்பிசைக் கருவியில் லிஸ்டினுடைய ரேப்சோடை எப்படி வாசிப்பது என்று எனக்குச் சொல்லிக்கொடுத்தார்.”

“லிஸ்டினுடைய ரேப்சோடையா? ம்... நீங்கள் கிண்டல் செய்யவில்லையே?”

“நான் சொல்வதை நீங்கள் நம்பவில்லையா?” சிரித்தபடியே கேட்டார் லெகேவிச். “நான் உங்களுக்கு நிரூபிக்கிறேன். இசை நிகழ்ச்சிக்கான மேடைக்குச் செல்வாம்.”

மணமகனும் இளவரசனும் இசை நிகழ்ச்சிக்கென ஒதுக்கப்பட்ட பகுதியை அடைந்தனர். நரம்பிசைக் கருவி வைக்கப்பட்டிருந்த பெட்டி அருகில் சென்று பட்டைகளை விரைவாக அவிழ்த்து மூடியைத் திறந்தார்கள். ஓ. என்ன பயங்கரம்?

இசையைப் பற்றிய அந்த விவாதம் எவ்வாறு முற்றுப்பெற்றிருக்கும் என்ற சித்திரத்தை வாசகர்கள் கற்பனை செய்துகொண்டிருக்கும் அந்த நேரத்தில் நாம் போவின்ஸ்கியிடம் செல்வோம். பாவப்பட்ட அந்த இசைக்கலைஞனால் திருடர்களைத் துரத்திப் பிடிக்க முடியவில்லை. எனவே, பெட்டியை விட்டுச் சென்ற இடத்துக்குத் திரும்பி வந்தான். ஆனால்

விலைமதிப்பில்லாத அந்த சுமை காணாமல் போயிருந்தது. என்ன செய்வதென்று தெரியாமல் சாலையின் மேலும் கீழுமாக நடந்தான். பெட்டியைக் கண்டுபிடிக்க முடியாதபோது தான் தவறான சாலையில் சென்றுகொண்டிருக்கிறோம் என்பதை உணர்ந்தான்.

"ஓ. என்ன கொடுமை?" தலையைப் பிடித்தவாறு நடுங்கியபடியே சொன்னான். "மூச்சுவிட முடியாமல் பெட்டிக்குள் அவள் திணறியிருப்பாள். நான் ஒரு கொலைகாரன்."

நள்ளிரவு வரையிலும் போவின்ஸ்கி சாலைகள் அனைத்திலும் தன் பெட்டியைத் தேடித் திரிந்தான். இறுதியாக, இதற்கு மேலும் சக்தியில்லை என்ற நிலையில் பாலத்துக்குக் கீழே போய்விட்டான்.

"விடிந்ததும் தேடிப் பார்க்கலாம்" என்று தீர்மானித்தான்.

விடிந்த பிறகு தேடியலைந்தபோதும் எந்தப் பலனும் கிடைக்காதபோது போவின்ஸ்கி பாலத்துக்குக் கீழே இருட்டுவதற்காக காத்திருந்தான்.

"அவளை நான் கண்டுபிடிப்பேன்" தொப்பியைக் கழற்றிவிட்டு தலைமுடியை கோதியபடியே அவன் முணுமுணுத்தான் "ஒரு வருஷமே ஆனாலும் சரி, அவளை நான் தேடிக் கண்டு பிடிப்பேன்."

இன்றும்கூட, அந்தப் பாலத்தின் அடியில் நீண்ட தலை முடியுடன் தொப்பி அணிந்த நிர்வாண மனிதன் ஒருவனைப் பார்க்க முடியும் என்று அந்தப் பகுதியில் வசிக்கும் குடியானவர்கள் சொல்கிறார்கள். சில சமயங்களில் பாலத்தின் கீழேயிருந்து நரம்பிசைக் கருவியின் இசையையும்கூட கேட்கமுடியும்.

9
எழுத்தரின் மரணம்

அருமையான ஒரு மாலைப்பொழுதில் பார்வையாளர் அரங்கின் இரண்டாவது வரிசையில் அமர்ந்து ‘கார்னிவிலியின் மணிகள்’ என்ற ஒபேரா இசை நிகழ்ச்சியைப் பார்த்துக்கொண்டிருந்தார் அலுவலக மேலாளரான இவான் டிமிடிரிச் செர்வயகோ. ஒபேராவைப் பார்த்துக்கொண்டிருந்த அவர் பேரானந்தத்தின் உச்சத்தில் இருந்தார். ஆனால் திடீரென்று, இந்த ‘ஆனால், திடீரென்று’ என்பது கதைகளில் அடிக்கடி இடம்பெறுகிறது. எதிர்பாராமைகளால் சூழப்பட்டதுதான் வாழ்க்கை என்று எழுத்தாளர்கள் சொல்வது சரிதான். ஆனால், திடீரென்று அவருடைய முகம் சுருங்கியது. கண்கள் இருண்டன. மூச்சு தடைபட்டது. கண்ணாடியைக் கழற்றிவிட்டு முன்னால் குனிந்து ‘ச்ச்சூ...’ என்று தும்மினார். தும்முவது எங்கும் யாருக்கும் தடைசெய்யப்பட்டிருக்கவில்லை. குடியானவர்கள் தும்முகிறார்கள். காவல் அதிகாரிகள் தும்முகிறார்கள். சிலசமயம் நீதியரசர்களும்கூட தும்முகிறார்கள். எல்லோருமே தும்முகிறார்கள். தர்மசங்கடம் ஏதுமின்றி செர்வயகோ கைகுட்டையால் மூக்கைத் துடைத்தபடியே, தாம் ஒரு பணிவான மனிதர் என்பதால், தன்னுடைய தும்மல் யாருக்கேனும் இடையூறு விளைவித்துவிட்டதா என்று சுற்றுமுற்றும் பார்த்தார். இப்போது அவர் தர்ம சங்கடப்பட்டார். பார்வையாளர் அரங்கின் முன் வரிசையில்

அமர்ந்திருந்த சிறிய உருவம் கொண்ட மனிதர் தன்னுடைய கையுறையால் வழுக்கைத் தலையையும் கழுத்தையும் மிகக் கவனமாகத் துடைப்பதையும் எதையோ முணுமுணுப்பதையும் அவர் கண்டார். சிறிய உருவம் கொண்ட அந்த மனிதர் போக்குவரத்துத் துறையைச் சேர்ந்த ஜெனரல் பிரிஸ்ஸலோவ் என்று அடையாளம் தெரிந்தது.

'அவர்மீது தும்மல் தெறித்துவிட்டது' என்றெண்ணினார் செர்வயகோ. 'அவர் என் மேலதிகாரி அல்ல. அவர் வேறெங்கோதான் பணிபுரிகிறார். இருந்தாலும் இது தவறு. அவரிடம் மன்னிப்பு கேட்கவேண்டும்.'

செர்வயகோ இருமியபடியே முன்னால் குனிந்து ஜெனரலின் காதில் கிசுகிசுத்தார் "மதிப்புக்குரியவரே, மன்னித்துவிடுங்கள். தும்மல் தெறித்துவிட்டது. தெரியாமல் நடந்துவிட்டது..."

"பரவாயில்லை... பரவாயில்லை..."

"என்னை மன்னித்துவிடுங்கள். நான் வேண்டுமென்றே செய்யவில்லை..."

"ஓ... தயவுசெய்து உட்காருங்கள். என்னைப் பார்க்கவிடுங்கள்."

மிகவும் தர்மசங்கடமாய் உணர்ந்த செர்வயகோ முட்டாள் தனமாய் புன்னகைத்தபடியே மேடையைப் பார்த்தார். அவரால் இப்போது பேரானந்தத்தை உணரமுடியவில்லை. எச்சரிக்கையுணர்வு அவரை இப்போது அரிக்கலாயிற்று. இடைவேளையின்போது அவர் பிரிஸ்ஸலோவிடம் சென்று தனது தயக்கத்தையும் மீறி மெதுவாகச் சொன்னார் "தும்மல் உங்கள் மேல் தெறித்துவிட்டது. மன்னித்துவிடுங்கள். அப்படியாகுமென்று நான்..."

"ஓ... மறுபடியுமா? ஏற்கெனவே அதை நான் மறந்துவிட்டேன். நீ இன்னும் அதை நினைத்துக்கொண்டிருக்கிறாயா?" பொறுமையின்றி தன்னுடைய கீழுதட்டைக் கடித்தவாறே அவர் சொன்னார்.

|155|

'மறந்துவிட்டாரா? ஆனாலும் அவர் கண்களில் ஒரு காழ்ப்பு தென்பட்டதே' என்று நினைத்த செர்வயகோ ஜெனரலை சந்தேகத்துடன் பார்த்தார் 'அவர் பேசக்கூட விரும்பவில்லை. நான் வேண்டுமென்றே அப்படிச் செய்யவில்லை என்பதை அவருக்கு விளக்க விரும்பினேன். அது இயற்கையாக நடப்பது. இல்லாவிட்டால் நான் வேண்டுமென்றே எச்சில் துப்பியதாய் அவர் நினைக்கலாம். இப்போது அவர் அப்படி நினைக்காவிட்டாலும் பின்னர் யோசிக்கலாம்.'

வீட்டுக்கு வந்தபிறகு செர்வயகோ தன் மனைவியிடம் அவரது முரட்டுசுபாவத்தைப் பற்றிச் சொன்னார். அவரது மனைவி அந்த சம்பவத்தை மிகச் சாதாரணமான ஒன்றாக கருதியதாக அவருக்குத் தெரிந்தது. உடனடியாகவே சற்று பயந்துபோன அவள் பிரஸ்ஸலோவ் வேறெங்கோ பணியாற்றுவதாகத் தெரிந்தவுடன் அமைதியானாள்.

"இருந்தாலும்கூட நீங்கள் அவரிடம் சென்று மன்னிப்பு கேட்பதுதான் சரி. பொது இடத்தில் எப்படி நடந்துகொள்வது என்று உங்களுக்குத் தெரியவில்லை என்று அவர் நினைத்து விடக்கூடும்" என்றாள்.

"அதனால்தான் நான் மன்னிப்பு கேட்டேன். ஆனால் அவர் என்னவோ விநோதமாக நடந்துகொண்டார். பொருட் படுத்தத்தக்கதாய் ஒரு வார்த்தையும் சொல்லவில்லை. மேலும் பேசுவதற்கு நேரமும் இருக்கவில்லை."

மறுநாள், செர்வயகோவ் தலைமுடியை திருத்திக்கொண்டு புதிய சீருடையை அணிந்து நடந்ததை விளக்குவதற்காக பிரஸ்ஸலோவிடம் சென்றார். ஜெனரலின் அலுவலகத்தின் வரவேற்பு அறையில் மனுதாரர்கள் நிறைய பேர் காத்திருப் பதைக் கண்டார். அவர்களிடையே ஜெனரலும் இருந்தார். மனுக்களை ஏற்கெனவே அவர் பெற்றுக்கொள்ளத் தொடங்கியிருந்தார். பல மனுதாரர்களை விசாரித்த பின்பு செர்வயகோவை நோக்கி பார்வையை உயர்த்தினார்.

"நேற்று ஆர்காடியாவில், மதிப்புக்குரியவரே, ஞாபகப்படுத்திப் பாருங்கள்... நான் தும்மிவிட்டேன். தற்செயலாக உங்கள் மீது தெறித்துவிட்டது. என்னை மன்னித்து..."

"இப்படிப்பட்ட கிறுக்கர்களும் உண்டா? கடவுளே..." என்றவர் அடுத்த மனுதாரரைப் பார்த்துக் கேட்டார் "உங்களுக்கு என்ன வேண்டும்?"

'அவர் பேசவிரும்பவில்லை' என்று நினைத்த செர்வயகோவின் முகம் வெளுத்தது. 'அப்படியென்றால் அவர் கோபித்துக் கொண்டிருக்கிறார். இதை இப்படியே விட்டுவிடக்கூடாது. அவருக்கு விளக்கமாகச் சொல்லவேண்டும்.'

கடைசியாக இருந்த மனுதாரரிடமும் விசாரித்து முடித்து விட்டு ஜெனரல் தன்னுடைய அறையை நோக்கி நடக்கத் தொடங்கியபோது செர்வயகோ அவரைத் தொடர்ந்து சென்று முணுமுணுத்தார் "மதிப்புக்குரியவரே, உங்களை நான் தொந்தரவு செய்கிறேன். சரியாகச் சொல்வதென்றால் தவறுக்கு வருத்தம் தெரிவிப்பதற்காகத்தான்... அதை நான் வேண்டுமென்றே செய்யவில்லை. உங்களுக்கே அது தெரியும் ஐயா..."

ஜெனரல் முகத்தை அழுவதுபோல் வைத்துக்கொண்டு கையை வீசினார்.

"நீ விளையாடுகிறாய் என்று நினைக்கிறேன்" என்று சொல்லி விட்டு கதவுக்குப் பின்னால் மறைந்து போனார்.

'என்னமாதிரி விளையாட்டு?' என்று யோசித்தார் செர்வயகோவ். 'இது விளையாட்டே அல்ல. நீங்கள் ஒரு பெரிய அதிகாரி. ஆனாலும் இதை உங்களால் புரிந்துகொள்ள முடியவில்லை. இப்படித்தான் நடக்குமென்றால் ஆணவம்பிடித்த இவரிடம் இனி நான் மன்னிப்பு கேட்கப்போவதில்லை. ஒரு கடிதம் எழுதப்போகிறேன். இனி நான் இங்கே வரமாட்டேன். கடவுளே, இந்தப் பக்கம் எட்டியும்கூட பார்க்கமாட்டேன்.'

அவ்வாறு யோசித்த செர்வயகோவ் வீடு திரும்பினார். ஜெனரலுக்கு அவர் கடிதம் எழுதவில்லை. பலமுறை யோசித்தும் அவரால் அவருக்கு கடிதம் எழுதுவதைப் பற்றி தீர்மானிக்க முடியவில்லை. எனவே, மறுநாள் அவரிடம் சென்று விளக்கவேண்டியிருந்தது.

"நேற்று உங்களை தொந்தரவு செய்துவிட்டேன், ஐயா" முணுமுணுத்தார் செர்வயகோவ். ஜெனரல் கேள்வியுடன் பார்வையை உயர்த்தியபோது, செர்வயகோவ் சொன்னார் "நீங்கள் சொன்னதுபோல விளையாட்டாக அல்ல. தும்மியதால் உங்கள் மீது எச்சில் தெறித்தமைக்காக மன்னிப்பு கேட்டேன். உங்களிடம் விளையாடவேண்டும் என்று நான் நினைத்ததுகூட கிடையாது. உங்களிடம்போய் விளையாட துணிவேனா? அப்படி விளையாடத் தொடங்கிவிட்டால், மனிதர்களுக்கு மரியாதையே இல்லாமல் போய்விடும்."

"வெளியே போ..." முகமெல்லாம் சிவக்க அதிர்ந்தபடி கத்தினார் ஜெனரல்.

"என்ன ஐயா?" அச்சத்தில் உறைந்த செர்வியகோவ் கிசுகிசுத்தார்.

"வெளியே போ..." காலை தரையில் உதைத்தபடி ஜெனரல் மீண்டும் கத்தினார்.

செர்வியகோவின் வயிற்றுக்குள் எதுவோ அறைந்தது. எதையும் பார்க்காமல் எதையும் கேட்காமல் கதவை நோக்கித் திரும்பி நடந்தார். வெளியே வந்தார். நிற்காது நடந்தார். இயந்திரத்தனமாக வீட்டை அடைந்தவர் தன் சீருடையைக்கூட கழற்றாமல் சோபாவின் மீது சாய்ந்து படுத்தார். பிறகு செத்துப்போனார்.

10
வேட்டைக்காரன்

புழுக்கமான காற்றோட்டமில்லாத நாள். வானில் மேகம் எதுவும் இல்லை. வெயிலில் காய்ந்திருந்த புற்கள் வெளுத்தும் நம்பிக்கையற்ற விதத்திலும் தென்பட்டன. மழை பெய்யக்கூடும். ஆனால் மறுபடியும் அவை பச்சையாக மாறாது. நிசப்தமான காடு, அதன் மர உச்சிகள் எங்கோ பார்ப்பதுபோலவோ எதற்காகவோ காத்திருப்பதுபோலவோ அசைவற்றிருந்தன.

உயரமான, நாற்பது வயது மதிக்கத்தக்க குறுகிய தோள்களுடைய, சிவப்புச் சட்டையும் நாகரிகமிக்க ஆடவருக்கான, ஒட்டுபோட்ட கால்சட்டையும் கனத்த சப்பாத்துகளையும் அணிந்தவர் திருத்தப்பட்ட காட்டின் ஓரமாக திரிந்து கொண்டிருந்தார். சாலையில் இறங்கினார். அவருக்கு வலது புறமாய் பசுமையான மரங்கள். இடதுபக்கத்தில் முற்றிய தானிய வயல் பொற்கடல்போல தொடுவானம் வரையிலும் விரிந்திருந்தது. சிவந்து வேர்த்திருந்தது அவரது முகம். தாராள உள்ளம் கொண்ட நில அதிகாரியின் பரிசாக கிடைக்கப் பெற்ற, குதிரையோட்ட வீரருக்கான கூரிய முகத்தடுப்பின் விளிம்புடன்கூடிய வெள்ளைத் தொப்பி, லட்சணமான அவரது பழுப்புத் தலையில் பிரமாதமாக உட்கார்ந்திருந்தது. தோளில் தொங்கிய பைக்குள் சேவல் ஒன்று திணித்து வைக்கப்பட்டிருந்தது. சுடத்தயாராக விசைபூட்டிய இரட்டைக்குழல் துப்பாக்கியை ஏந்தி வந்த அவர் புதர்களை

மோப்பம் பிடித்தபடி முன்னால் ஓடிக்கொண்டிருந்த வயதான, ஒல்லியான நாயைப் பார்த்து கண்சிமிட்டினார். வெகு அமைதியாக எங்கும் எந்த சத்தமும் இல்லை. உயிருடன் இருக்கும் அனைத்துமே கூட்டிலிருந்து தம்மை ஒளித்திருந்தன.

“யெகோர் விலாஸிச்” மென்மையான குரலொன்று திடீரென்று வேட்டைக்காரரின் காதில் விழுந்தது.

முகத்தைச் சுளித்தபடி சற்றே முன்னால் நடந்து திரும்பிப் பார்த்தார். தரையிலிருந்து துள்ளி எழுந்தவள்போல வெளுத்த முகமுடைய நாற்பது வயது மதிக்கத்தக்க பெண், கையில் அரிவாளுடன், அவருக்குப் பக்கத்தில் நின்றிருந்தாள். அவரது முகத்தைக் கூர்ந்து பார்க்க முயன்றவள் வெட்கத்துடன் புன்னகைத்தாள்.

“ஓ, நீதானா, பெலகியா?” வேட்டைக்காரர் நின்று துப்பாக்கி யின் விசையை மெல்ல விடுவித்தார் “ம்... நீ எங்கே இப்படி?”

“எங்களது கிராமத்துப் பெண்கள் இங்கே வேலை செய்து கொண்டிருக்கிறார்கள். நானும் அவர்களுடன் வந்தேன். கூலி வேலைதான் யெகோர் விலாஸிச்.”

“அப்பிடியா...” யெகோர் விலாஸிச் தொண்டையை செருமிய படியே மெல்ல நகர்ந்தார்.

பெலகியா தொடர்ந்து நடந்தாள். ஒன்றும் பேசாமல் சற்று தொலைவு நடந்தனர்.

“நீண்ட நாட்களாக உங்களை நான் பார்க்கவில்லை யெகோர் விலாஸிச்” வேட்டைக்காரரின் அசையும் தோள்களையும், தோளின் விளிம்புகளையும் மென்மையாகப் பார்த்தபடியே சொன்னாள். “ஈஸ்டர் தினத்தன்று தண்ணீர் குடிப்பதற்காக குடிசை அருகே வந்தீர்கள். அதன் பிறகு உங்களை நான் பார்க்கவேயில்லை. ஈஸ்டர் நாளன்று சில நிமிடங்களே நின்றீர்கள். என்ன நிலைமையில்... நல்ல போதையில் இருந்த நீங்கள் என்னைத் திட்டினீர்கள், அடித்தீர்கள்.

பிறகு சென்றுவிட்டீர்கள். நீங்கள் வருவீர்கள் என்று காத்திருந்தேன். காத்துக்கொண்டேயிருந்தேன். கண்களை மூடாமல் உங்களுக்காகக் காத்துக்கொண்டிருந்தேன். யெகோர் விலாஸிச், யெகோர் விலாஸிச் என்றவாறே காத்திருந்தேன். சற்று நேரமேனும் வருவீர்கள் என்று."

"உன் வீட்டில் எனக்கென்ன வேலை?"

"அங்கே ஒன்றுமில்லைதான். இருந்தாலும்... உங்களுடைய வீடு அது. நீங்கள் கவனிக்க வேண்டிய விஷயங்கள்... நீங்கள்தானே எஜமானன். இதோ நீங்கள் ஒரு சேவலை சுட்டிருக்கிறீர்கள். யெகோர் விலாஸிச், நீங்கள் ஏன் இங்கே அமர்ந்து ஓய்வெடுக்கக்கூடாது."

இதையெல்லாம் சொல்லிக் கொண்டிருந்தபோது பெலகியா முட்டாளைப்போல சிரித்தபடியே யெகோரின் முகத்தை ஏறிட்டாள். அவளது முகம் மகிழ்ச்சியில் திளைத்தது.

"உட்காரவா? செய்யலாமே..." விருப்புவெறுப்பற்ற குரலில் சொன்ன யெகோர் இரண்டு பைன் மரங்களுக்கிடையே ஒரு இடத்தைத் தேர்ந்தெடுத்தான். "நீ ஏன் நிற்கிறாய்? உட்கார்."

தன்னுடைய மகிழ்ச்சியை எண்ணி நாணியவளாய் புன்னகைக்கும் உதடுகளை கைகளால் பொத்தியபடி பெலகியா சற்றே விலகி வெயில் விழுந்த இடத்தில் அமர்ந்தாள். இரண்டு நிமிடங்கள் மௌனத்தில் கழிந்தன.

"சிறிது நேரமேனும் நீங்கள் வந்திருக்கலாம்" பெலகியா மென்மையாகச் சொன்னாள்.

"எதற்கு?" தொப்பியைக் கழற்றிவிட்டு சிவந்த தன் நெற்றியை சட்டையின் முன்னங்கையால் துடைத்தான் யெகோர். "தேவை எதுவும் இல்லை. ஒரு மணி நேரமோ அல்லது இரண்டு மணி நேரமோ வீட்டுக்கு வந்து ஆசைகாட்டி உன்னுடன் களிப்பதில் என்ன இருக்கிறது? வாழ்க்கை முழுவதையும் கிராமத்திலேயே கழிக்க என் ஆன்மா ஒத்துக்கொள்ளாது. நான் ஒரு கெட்டழிந்த

மனிதன் என்பது உனக்குத் தெரியும். படுக்கையில் கிடக்கவும் நல்ல தேநீரைக் குடிக்கவும் இனிமையாக உரையாடவும் நான் விரும்புவேன். எல்லாவிதமான உறவுகளும் எனக்கு வேண்டும். கிராமத்தில் எப்போதும் வறுமை, கரிப்புகை. ஒருநாள் கூட அங்கே என்னால் இருக்க முடியாது. நான் உன்னுடன்தான் வாழவேண்டும் என்று அவர்கள் தீர்ப்பளித்திருந்தால் குடிசையை நான் கொளுத்தியிருப்பேன். அல்லது என்னையே நான் அழித்துக்கொண்டிருப்பேன். ஆரம்பத்திலிருந்தே இப்படித்தான் நான் கெட்டுப்போய்விட்டேன், ஒன்றும் செய்ய முடியாது."

"இப்போது எங்கே இருக்கிறாய்?"

"ஒரு வேட்டைக்காரனாக டிமிட்டி இவானிச் துரையிடம் வேலை செய்கிறேன். வேட்டையாடியவற்றை அவருக்குத் தருகிறேன். அவருக்குப் பிடித்திருப்பதால் என்னை வைத்திருக் கிறார்."

"அப்படிச் செய்வது மரியாதைக்குரிய வேலையல்லவே, யெகோர் விலாஸிச். மற்றவர்களைப் பொறுத்தவரை அது வெறும் விளையாட்டு. உனக்கோ அது தொழில். அசலான வேலை."

"உனக்கு புரியாது முட்டாள்" கனவு காண்பதுபோல வானத்தைப் பார்த்தபடியே சொன்னார் யெகோர். "உன்னுடன் இருந்த நாட்களிலே என்னை நீ புரிந்துகொள்ளவில்லை. நான் எதுமாதிரியானவன் என்பதை ஒருபோதும் புரிந்து கொள்ளமுடியாது. உன்னைப் பொறுத்தவரை நான் பைத்தியக்காரன். புத்தியிழந்தவன். ஆனால் என்னை சரியாகப் புரிந்துகொள்பவர்களுக்கு இந்த மாகாணத்திலேயே நான்தான் சிறந்த வேட்டைக்காரன். அந்தப் பெரியமனிதன் அதை உணர்ந்திருக்கிறார். என்னைப் பற்றி சஞ்சிகையிலும் எழுதியிருக்கிறார். வேட்டையாடுவதில் என்னை யாரும் மிஞ் சமுடியாது. உன் கிராமத்து வேலைகளை நான் இழிவாகப்

பேசுவது கர்வத்தினாலோ அல்லது கெடுதியினாலோ அல்ல. உனக்கே தெரியும், சிறு வயதிலிருந்தே எனக்கு துப்பாக்கிகளையும் நாய்களையும் தவிர வேறெதுவுமே எனக்குத் தெரியாது. என் துப்பாக்கியைப் பிடுங்கிவிட்டால் மீன் பிடிக்கும் தூண்டிலை கையிலெடுப்பேன். தூண்டிலையும் பிடுங்கிக்கொண்டால் வெறும் கையாலேயே வேட்டையாடுவேன். கையில் காசு இருந்த சமயங்களில் சந்தைகளில் சுற்றித் திரிந்து குதிரைகளை வாங்கி விற்றிருக்கிறேன். உனக்கே நன்றாகத் தெரியும் வேட்டைக்காரனுடனோ குதிரை வியாபாரிகளுடனோ குடியானவன் சுற்றத் தொடங்கினால் விவசாயத்தை அத்துடன் மறந்துவிடவேண்டியதுதான். ஒரு மனிதனுக்குள் சுதந்திரமாக இருக்கும் எண்ணம் குடிகொண்டுவிட்டால் அவனுக்கு அதிலிருந்து விடுதலை கிடையாது. பெரிய மனிதர்கள் நடிகர்களிடமோ அல்லது வேறு ஏதேனும் கலைஞர்களிடம் செல்வார்கள் என்றால் அதன் பிறகு அவர்களுக்கு தாங்கள் அதிகாரி என்பதோ அல்லது நிலக்கிழார் என்பதோ பொருட்டில்லாது போன்றது இது. நீ ஒரு பெண், இது உனக்குப் புரியாது. இதற்குப் புரிதல் வேண்டும்."

"எனக்குப் புரிகிறது, யெகோர் விலாஸிச்."

"இப்போது நீ அழப்போகிறாய் என்பதால் உனக்குப் புரிய வில்லை என்பது தெரிகிறது."

"இல்லை, நான் அழவில்லை" முகத்தைத் திருப்பியபடியே சொன்னாள் பெலிகியா. "அது பாவம் யெகோர் விலாஸிச். நான் பாவமில்லையா, ஒருநாளாவது என்னுடன் நீ இருக்க வேண்டும். உன்னை மணந்து பன்னிரண்டு ஆண்டுகள் கழிந்துவிட்டன. எந்த சந்தர்ப்பத்திலும் நமக்கிடையே காதல் இருந்ததில்லை. நான் அழவில்லை."

"காதல்?" தோளை சொறிந்தபடியே யெகோர் முணுமுணுத்தான். "காதல் இருக்கவே வாய்ப்பில்லை. நானும் நீயும் கணவன் மனைவி என்பது பெயரளவில்தானே. உண்மையில் அப்படியா?

உன்னைப் பொறுத்தவரையில் நான் ஒரு காட்டுவாசி. எனக்கோ நீ சாதாரண ஒருத்தி. இருவருக்கும் எந்தப் புரிதலும் இல்லை. நாம் இருவரும் தம்பதியா? சுதந்திரமானவன் நான். மோசமானவன், பைத்தியக்காரன். நீயோ வெறுங்காலுடன் வயலில் உழைப்பவள். குப்பையில் வாழ்பவள். உன் முதுகு ஒருபோதும் நிமிர்ந்ததில்லை. வேட்டையாடுவதில் நானே முதன்மையானவன் என்று யோசிப்பதையே நான் விரும்புகிறேன். ஆனால் நீயோ என்னைப் பரிதாபத்துடன் பார்க்கிறாய். என்ன மாதிரியான தம்பதி நாம்?"

"நாமிருவரும் தேவாலயத்தில் மணந்துகொண்டோம் யெகோர் விலாஸிச்" பெலிகியா விசும்பினாள்.

"இலவசமாக இல்லையே... ஞாபகமிருக்கிறதா? அதிகாரி செர்ஜி பாவ்லிச்சுக்கு நீ நன்றி தெரிவிக்கலாம். உனக்குமேகூட. அதிகாரிக்கு நான் அவரைவிட திறமையான வேட்டைக்காரன் என்பதில் பொறாமை. ஒருமாதம் முழுக்க என்னை குடிக்க வைத்திருந்தான். போதையில் கிடப்பவனுக்கு திருமணம் செய்து வைப்பது மட்டுமல்ல வேறொரு மதத்துக்கும்கூட மாற்றிவிட முடியும். என்னைப் பழிவாங்குவதற்காக உன்னை எனக்கு கட்டிவைத்துவிட்டான். வேட்டைக்காரனை மாடுமேய்க்கும் ஒருத்திக்கு. நான் குடித்திருக்கிறேன் என்று நீ பார்த்தாயல்லவா, பிறகு நீ ஏன் என்னை மணந்துகொண்டாய்? நீ ஒன்றும் அடிமையல்லவே, வேண்டாம் என்று சொல்லியிருக்கலாம். மாடுமேய்ப்பவள் வேட்டைக்காரனை மணப்பதென்பது உண்மையில் அதிர்ஷ்டமானதே. ஆனால் நியாயமாக இருக்கவேண்டும். இப்போது நீ வேதனைப்படலாம். அழலாம். கவுண்டுக்கு இதுவொரு வேடிக்கை. ஆனால் அழுவது நீதான். சுவரில் போய் முட்டிக்கொள்."

மீண்டும் நிசப்தம். திருத்திய காட்டுக்கு மேலாக மூன்று காட்டு வாத்துகள் பறந்து போயின. அவற்றைக் கண்ட யெகோர் அவை மூன்றும் காட்டுக்கு அப்பால் வெகுதொலைவுக்கு

பறந்து வெறும் மூன்று புள்ளிகளாகி மறையும் வரையிலும் தன் கண்களால் தொடர்ந்தான்.

"நீ எப்படி சமாளிக்கிறாய்?" வாத்துகளின் மீதிருந்து பார்வையை விலக்கி பெலிகியாவைப் பார்த்துக் கேட்டான்.

"இப்போது நான் வேலைக்கு வருகிறேன். பனிக்காலத்தில் அனாதை ஆசிரமத்திலிருந்து குழந்தையை எடுத்து வந்து பார்த்துக்கொள்கிறேன். பால்புட்டி கொண்டு புகட்டுகிறேன். மாதத்துக்கு ஒன்றரை ரூபிள் தருவார்கள்."

மீண்டும் மௌனம். அறுவடை வயலிலிருந்து இனிமையாக ஒலித்திருந்த பாடல் தொடக்கத்திலேயே அறுபட்டுவிட்டது. பாட முடியாதபடியான வெம்மை.

"அகுலினாவுக்கான புதிதாக நீ குடிசை கட்டியிருப்பதாய் சொல்கிறார்கள்" பெலிகியா கேட்டாள்.

யெகோர் பதில் பேசாமலிருந்தான்.

"அப்படியென்றால் அவளை உனக்குப் பிடித்திருக்கிறது..."

"உன் அதிர்ஷ்டம் அவ்வளவுதான். விதி" கைகால்களை நீட்டியபடியே சொன்னான் வேட்டைக்காரன். "அனாதைப் பெண்ணே, பொறுத்துக்கொள். சரி, இருவரும் நிறையவே பேசிவிட்டோம். போய் வருகிறேன். பொல்தோவுக்கு சாயங்காலத்துக்குள் போய்ச் சேரவேண்டும் நான்."

யெகோர் எழுந்து சடவு முறித்துவிட்டு துப்பாக்கியை தோளில் மாட்டிக்கொண்டான். பெலிகியாவும் எழுந்தாள்.

"கிராமத்துக்கு நீ எப்போது வருவாய்?" மெதுவாகக் கேட்டாள்.

"வாய்ப்பில்லை. போதையுடன் வரமாட்டேன். குடித்துவிட்டு வந்தால் உனக்கு எந்தப் பயனுமில்லை. குடித்திருக்கும்போது எனக்கு கோபம் வருகிறது. சரி, போய் வருகிறேன்."

"போய் வா, யெகோர் விலாஸிச்."

பின்னந்தலையில் தொப்பியை அணிந்துகொண்ட யெகோர் நாயை வரவழைக்க குரல் கொடுத்தபடி தன் வழியில் நடந்தான். பெலிகியா நின்ற இடத்திலேயே இருந்தபடி அவனது முதுகைப் பார்த்துக்கொண்டிருந்தாள். அசையும் அவனது தோள்களையும், நாகரிகமான தலையையும், சோம்பலான அசட்டையான நடையையும் பார்த்தபடி நின்ற அவளது கண்களில் துயரமும் அவன்மீதான மெல்லிய வாஞ்சையும் நிறைந்தன. உயரமான மெலிந்த தன் கணவனின் உருவத்தை அவளது பார்வை அன்புடன் வருடி தடவிக் கொடுத்தது. அவளது பார்வையை உணர்ந்ததுபோல நின்று திரும்பிப் பர்த்தான். அவன் ஒன்றும் பேசாமலிருந்தபோதும் அவனது முகத்திலிருந்தும் மேலெழுந்த தோள்களிலிருந்தும் எதையோ சொல்ல விரும்புவதுபோல் தென்பட்டது. தயக்கத்துடன் அவன் அருகில் சென்றவள் மன்றாடும் கண்களுடன் பார்த்தாள்.

"இதை வாங்கிக்கொள்" என்றபடியே திரும்பினான்.

கசங்கிய ரூபிளை எடுத்துத் தந்துவிட்டு வேகமாய் நடந்து சென்றான்.

"போய் வா, யெகோர் விலாஸிச்" அவன் கொடுத்த ரூபிளை இயந்திரத்தனமாய் வாங்கிக்கொண்டாள்.

நீட்டிப் போடப்பட்ட இடுப்புக் கச்சையைப்போன்ற நேரான நீண்ட பாதையில் அவன் நடந்து போனான். முகம் வெளுத்து, சிலையைப் போல் அசைவற்று நின்ற அவள் அவனது ஒவ்வொரு தப்படியையும் தன் கண்களால் பார்த்துக்கொண்டிருந்தாள். ஆனால் இப்போது அவனது சிவப்புச் சட்டையின் நிறம் அடர்ந்த கால்சட்டையின் நிறத்துடன் கலந்துவிட அவனது நடையைப் பார்க்க முடியவில்லை. உடன் சென்ற நாயை அவனது சப்பாத்துகளிலிருந்து வேறுபடுத்திப் பார்க்க

இயலவில்லை. அவன் தொப்பியை மட்டுமே பார்க்க முடிந்தது. ஆனால், திடீரென்று வலதுபக்கமாய் திருத்தப்பட்ட காட்டுப் பகுதியில் சரேலென திரும்பி நடக்க பசுமையினூடே அவனது தொப்பி மறைந்துவிட்டது.

"போய் வா யெகோர் விலாஸிச்" விசும்பிய பெலிகியா இன்னொரு முறை அந்த வெள்ளைத் தொப்பியைப் பார்க்கும் ஆவலில் குதிகாலில் நின்று எட்டிப் பார்த்தாள்.